ड्राफ्ट्समन मेकॅनिकल मराठी MCQ

मनोज डोळे

डिजिटायझेशन ही काळाची गरज आहे. भविष्यात, प्रशिक्षण अधिक सोयीस्कर आणि सोपे करण्यासाठी औद्योगिक प्रशिक्षण संस्थांमध्ये ऑनलाइन इंटरनेट वापरून प्रशिक्षण घेणे आवश्यक आहे. MCQ प्रश्नांचा संच असलेली ई-पुस्तके प्रशिक्षणार्थींना उपलब्ध करून दिली जातील कारण त्यांना त्यांच्या औद्योगिक प्रशिक्षण संस्थांमध्ये होणाऱ्या ऑनलाइन परीक्षांच्या तयारीसाठी MCQ प्रश्नांची अधिक सवय होणे आवश्यक आहे.

या सर्व बाबी लक्षात घेऊन श्री.मनोज मधुकर डोळे प्रशिक्षक, औद्योगिक प्रशिक्षण संस्था, सातारा यांनी नवीन वार्षिक प्रणाली आणि NSQF-5 अभ्यासक्रमानुसार पुस्तके लिहिली आहेत. आणि त्यांनी प्रशिक्षण सुलभ करण्यासाठी सैद्धांतिक मोबाइल ॲप्स आणि ब्लॉग तयार केले आहेत आणि हे सर्व शैक्षणिक साहित्य जगप्रसिद्ध Google Play Store, Amazon आणि Apple Book Store वर डाउनलोड करण्यासाठी उपलब्ध केले आहे.

पुस्तकांचे प्रकाशन माननीय सहसंचालक श्री राजेंद्र घुमे साहेब प्रादेशिक व्यावसायिक शिक्षण व प्रशिक्षण कार्यालय, पुणे यांच्या हस्ते दिनांक 9/1/2019 रोजी करण्यात आले, यावेळी श्री प्रकाश सायगावकर साहेब प्राचार्य शासकीय औद्योगिक प्रशिक्षण संस्था औंध पुणे, श्री तुकाराम मिसाळ साहेब प्राचार्य डॉ. सरकार प्र.संस्था सातारा, श्री सचिन धुमाळ साहेब जिल्हा व्यवसाय शिक्षण व प्रशिक्षण अधिकारी सातारा, श्री यतीन पारगावकर साहेब मुख्याध्यापक गो. प्र.संस्था कोल्हापूर, श्री विकास टेके साहेब निरीक्षक व्यावसायिक शिक्षण व प्रशिक्षण क्षेत्रीय कार्यालय पुणे, पालेकर फूड्स प्रॉडक्ट्स प्रा. लि.चे सातारा येथील उद्योजक अध्यक्ष श्री.नीळकंठराव पालेकर साहेब, हिरा फूड्स चे चेअरमन श्री.इब्राहिम बाबा तांबोळी साहेब, सौ.शाल्मली पवार मुख्याध्यापिका शासकीय तंत्रनिकेतन केंद्र सातारा व इतर मान्यवर यावेळी उपस्थित होते.

अनुक्रमणिका

प्रस्तावना

ड्राफ्ट्समन मेकॅनिकल एमसीक्यू हे आयटीआय अभियांत्रिकी अभ्यासक्रमासाठी एक साधे ई-पुस्तक आहे, सेम- 1,2,3 आणि 4, 2022 मध्ये सुधारित NSQ F-5 अभ्यासक्रम , ड्राफ्ट्समन मेकॅनिकल. यामध्ये अधोरेखित आणि ठळक अचूक उत्तरांसह वस्तुनिष्ठ प्रश्नांचा समावेश आहे MCQ मध्ये सर्व विषयांचा समावेश आहे ज्यात रेखाचित्र उपकरणे वापरून भौमितिक आकृत्यांबद्दल नवीनतम आणि महत्वाचे, योग्य प्रमाणात मशीन घटकांचे मुक्तहँड रेखाचित्र, BIS मानकानुसार रेखाचित्र पत्रक तयार करण्याची प्रक्रिया, याबद्दल शिकणे. प्रोजेक्शन पद्धती, सहायक दृश्ये आणि विभाग दृश्ये. लेटरिंग, सहिष्णुता, मेट्रिक बांधकाम, तांत्रिक रेखाटन आणि ऑर्थोग्राफिक प्रोजेक्शन, आयसोमेट्रिक ड्रॉईंग, तिरकस आणि दृष्टीकोन प्रोजेक्शन, फास्टनर्स, वेल्ड्स आणि लॉकिंग उपकरणे, संबंधित व्यापारांवर प्रशिक्षण उदा. फिटर, टर्नर, मशिनिस्ट, शीट मेटल वर्कर, वेल्डर, फाउंड्री मॅन, इलेक्ट्रीशियन आणि मेंटेनन्स मोटार वाहने, OSH&E, PPE, अग्निशामक, प्रथमोपचार आणि त्याव्यतिरिक्त 5S, पुली, पाईप फिटिंग्ज, गियर्स आणि कॅम्स, 3D मॉडेलिंग स्पेस आणि दृश्ये निर्माण करणे , .dwg आणि.pdf फॉरमॅटमध्ये प्लॉट करण्यासाठी प्रिंट पूर्वावलोकन, सॉलिड वर्क्स / ऑटो CAD इन्व्हेंटर/ 3D मॉडेलिंग, आकारमानांसह मशीनचे भाग, भाष्ये, शीर्षक ब्लॉक आणि साहित्याचे बिल आणि बरेच काही.

आम्ही प्रत्येक नवीन आवृत्तीसह नवीन प्रश्नांची उत्तरे जोडतो. कृपया काही त्रुटी/ वगळल्यास आम्हाला ईमेल करा. सर्व अभियांत्रिकी बहुपर्यायी प्रश्न आणि उत्तरांसाठी हे निर्विवादपणे सर्वात मोठे आणि सर्वोत्तम ई-पुस्तक आहे.

विद्यार्थी म्हणून तुम्ही ते तुमच्या परीक्षेच्या तयारीसाठी वापरू शकता. हे ई-पुस्तक प्राध्यापकांना साहित्य रीफ्रेश करण्यासाठी देखील उपयुक्त आहे.

नांदी, प्रस्तावना

21 व्या शतकातील औद्योगिक क्षेत्रातील वेगाने वाढणाऱ्या मागणीच्या अनुषंगाने बहु-कुशल कारागीरांचा पुरवठा करण्यासाठी व्यवसाय शिक्षण आणि व्यवसाय प्रॅक्टिकल विभागामार्फत व्यावसायिक शिक्षण आणि प्रशिक्षण विभागामार्फत व्यावसायिक शिक्षण आणि प्रशिक्षण दिले जाते. संस्थांमधील सर्व व्यवसाय महत्त्वाचे आहेत, कारण या व्यवसायांतील प्रशिक्षणार्थी उद्योगाच्या मागणीनुसार बहु-कौशल्ये विकसित करतात.

औद्योगिक क्षेत्रातील सर्व उद्योगांमधील सर्व परीक्षा ऑनलाइन घेतल्या जातात आणि त्यामध्ये MCQ पद्धतीच्या प्रश्नांचा समावेश होतो हे लक्षात घेऊन सर्व व्यवसायांसाठी योग्य MCQ ई-पुस्तके उपलब्ध करून देण्याच्या उदात्त हेतूने. श्री.मनोज मधुकर डोळे यांनी नवीन वार्षिक अभ्यासक्रमानुसार MCQ पद्धतीवर खूप चांगले ई-बुक लिहिले आहे. हे ई-बुक सर्व प्रशिक्षणार्थी, प्रशिक्षणार्थी उमेदवार, प्रशिक्षण प्रशिक्षक आणि संबंधित इतरांसाठी निश्चितच मार्गदर्शक ठरेल.

पुस्तकाचे लेखक श्री.मनोज मधुकर डोळे आहेत, इन्स्ट्रक्टर गव्हर्नमेंट ITI सातारा यांना 17 वर्षांचा प्रशिक्षणाचा अनुभव आहे. नवीन वार्षिक पॅटर्न म्हणून लिहिलेल्या, या ई-बुकमध्ये प्रत्येक विषयासाठी मांडणी, सोपी भाषा आणि सोपी वाक्यरचना, आकृती आणि व्हिडिओ समजून घेण्यासाठी आधुनिक डिजिटल QR कोड तंत्रज्ञान समाविष्ट केले आहे. त्यामुळे सखोल अभ्यास आणि परीक्षेच्या सरावासाठी हे ई-बुक नक्कीच उपयोगी पडेल याची मला खात्री आहे. त्यांनी केलेले काम नक्कीच कौतुकास्पद आहे.

श्री तुकाराम मिसाळ
प्राचार्य शासकीय औद्योगिक प्रशिक्षण संस्था सातारा.

ऋणनिर्देश, पावती

DGET नवी दिल्ली आणि CSTARI कोलकाता ऑगस्ट 2018 च्या सत्रापासून ITI मधील सर्व व्यवसायांसाठी वार्षिक पॅटर्न लागू करत आहेत. परीक्षा पद्धतीतही बदल करण्यात येणार असून या वर्षीपासून ती ऑनलाइन होणार असून सर्व प्रश्न वस्तुनिष्ठ स्वरूपाचे (MCQ) असल्याने प्रशिक्षणार्थींना सखोल अभ्यासाची नितांत गरज आहे. हे लक्षात घेऊन जुन्या NIMI पॅटर्नवर आधारित पुस्तके आणि नवीन वार्षिक पॅटर्नचे संपूर्ण विहंगावलोकन सादर करताना आम्हाला आनंद होत आहे आणि आम्हाला आशा आहे की ही पुस्तके सर्व व्यवसाय संचालक आणि प्रशिक्षणार्थींसाठी मार्गदर्शक ठरतील. आहे.

ही पुस्तके लिहिल्याबद्दल जोहर आवटे साहेब, ITI अकलूजचे प्राचार्य. ITI सातारा चे माजी प्राचार्य सायगावकर साहेब, सहाय्यक संचालक श्री चंद्रकांत ढेकणे साहेब व्यवसाय शिक्षण व प्रशिक्षण प्रादेशिक कार्यालय, पुणे, जिल्हा व्यवसाय शिक्षण व प्रशिक्षण अधिकारी सचिन धुमाळ साहेब व मुख्याध्यापिका शासकीय तंत्रनिकेतन केंद्र शाल्मली पवार मॅडम व मुलगा अधिराज डोळे, आई कुसुम डोळे. , माझे वडील मधुकर डोळे आणि पत्नी अश्विनी डोळे यांनी वेळोवेळी केलेल्या विशेष मार्गदर्शन व सहकार्याबद्दल मी त्यांचा मनःपूर्वक आभारी आहे.

तसेच अतिशय कमी कालावधीत पुस्तक प्रकाशित करण्यात अमूल्य वेळ दिल्याबद्दल श्री राजेंद्र घुमे साहेब, सहसंचालक, व्यवसाय शिक्षण व प्रशिक्षण प्रादेशिक कार्यालय, पुणे यांनी पुस्तकाचे पुनरावलोकन केले. त्यांच्या अभिप्रायाबद्दल मी मनापासून आभारी आहे.

पुस्तक लिहिण्याच्या सुरुवातीपासूनच सतत पाठबळ दिल्याबद्दल ITI सातारा च्या प्रशिक्षकांचा मी आभारी आहे.

या पुस्तकातून, ई-लर्निंगबद्दलचे माझे विचार तुमच्याशी शेअर करण्यात मी स्वतःला धन्य समजतो. हे पुस्तक परिपूर्ण आहे असा दावा मी करणार नाही, कारण परिपूर्णतेचा विचार करता हे पुस्तक एक प्रयत्न आहे आणि बाल्यावस्थेत आहे. त्यांची चाचणी आणि सूचना दिल्यास ते सुधारण्यासाठी मोलाचे ठरतील.

मनोज डोळे

दिनांक 9/1/2019

1

ड्राफ्ट्समन मेकॅनिकल मराठी MCQ Drawing

Online Test Exam
ITI Books
CNC Course
AutoCAD CAM
JOB & Apprentice
Online Theory
Computer Course
Trading Course
Web Designing
MSCIT Course
Shopping Business
Internet Business
Remotasks Course
Online Services
Top Sportsmans
Indian Army
Freedom Fighters
Top Scientists
Social Reformers
Motivational Speaker
Top Richest People
Join WhatsApp Group
Join Facebook Group
Like Facebook Page
PAN / Adhar / Licence
Passport

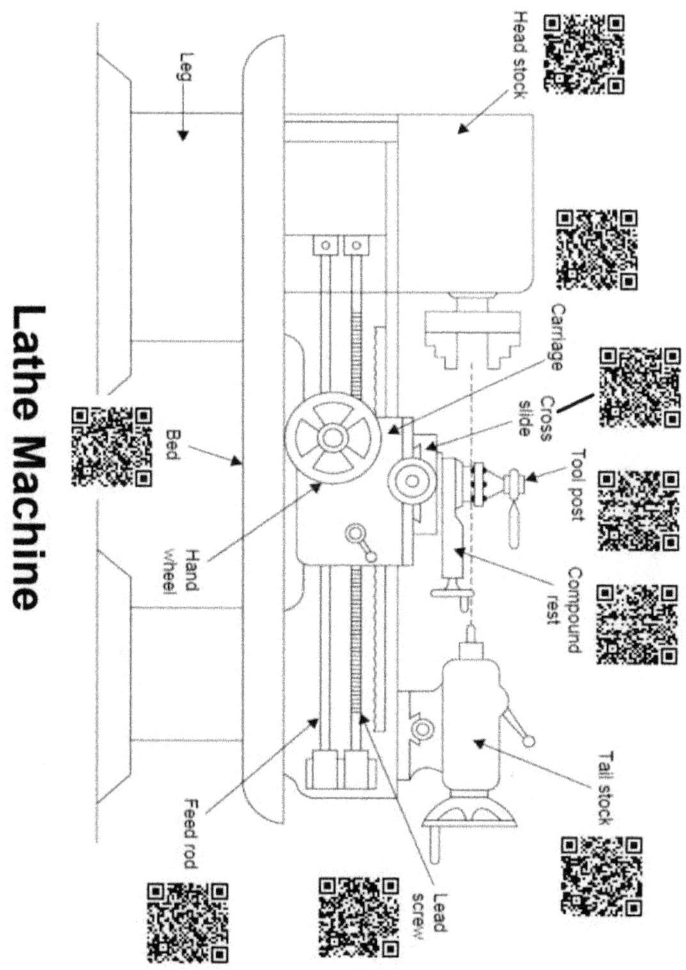
Head stock
Carriage
Cross slide
Tool post
Compound rest
Tail stock
Lead screw
Feed rod
Hand wheel
Bed
Leg
Lathe Machine

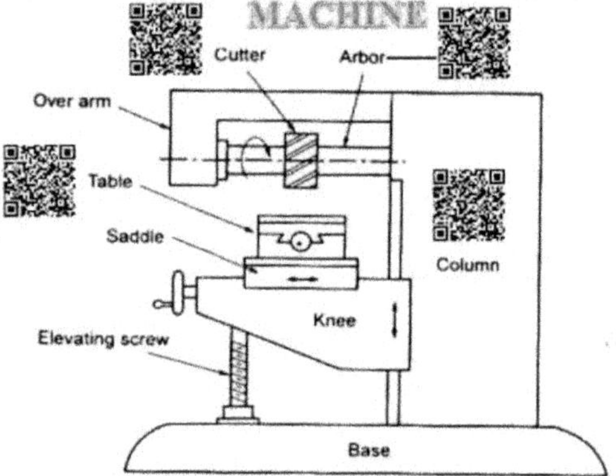
PLAIN OR HORIZONTAL MILLING MACHINE
Cutter
Arbor
Over arm
Table
Saddle
Column
Knee
Elevating screw
Base

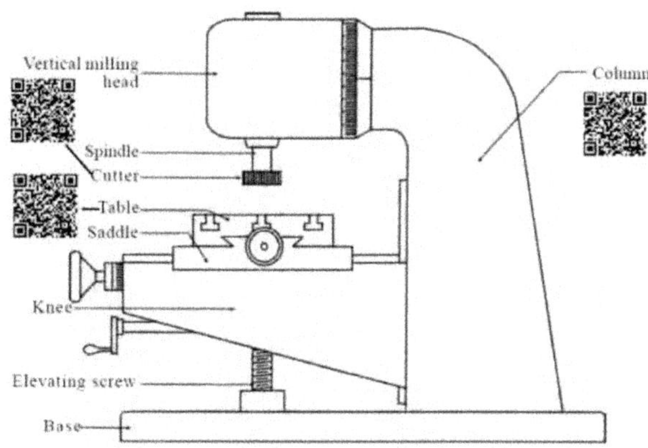

Vertical Milling Machine

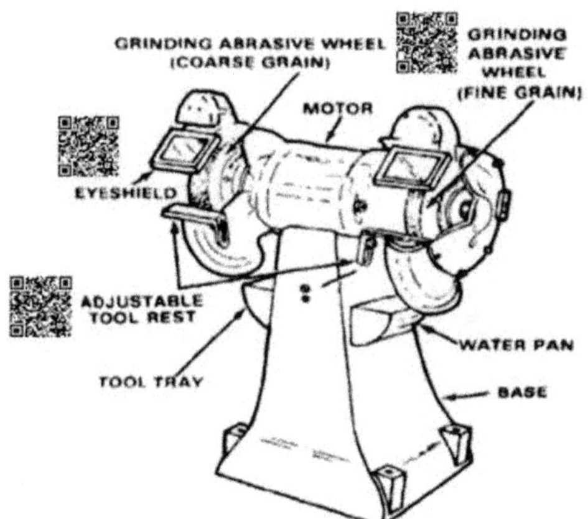

Pedastal Grinding Machine

DOUBLE HOUSING PLANER

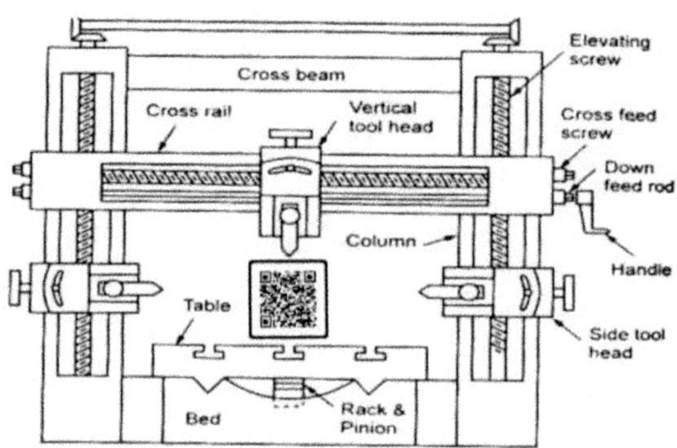

PIT PLANER

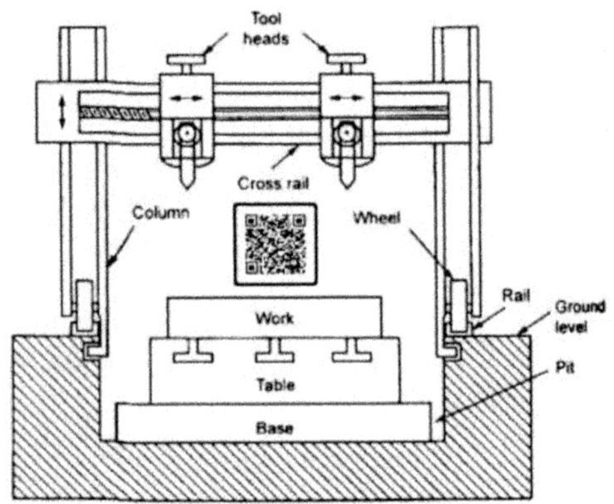

OPEN SIDE PLANER

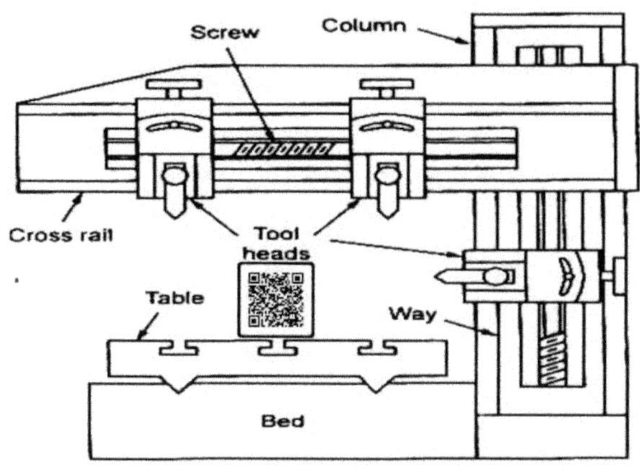

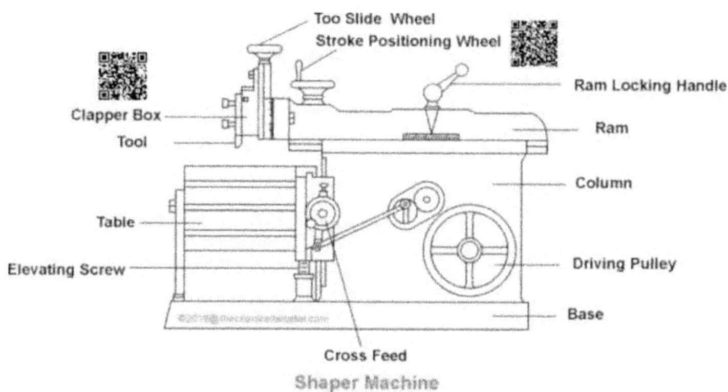

Shaper Machine

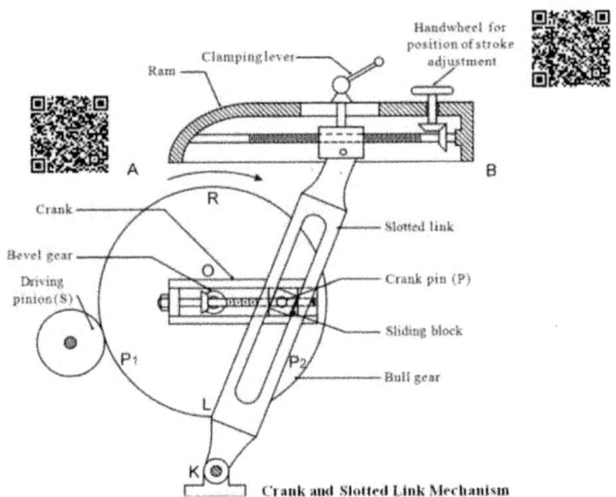

Quick Return Mechanism of Shaper Machine

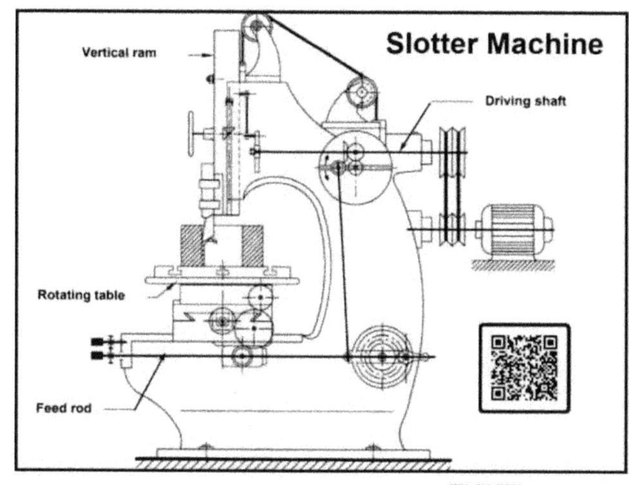

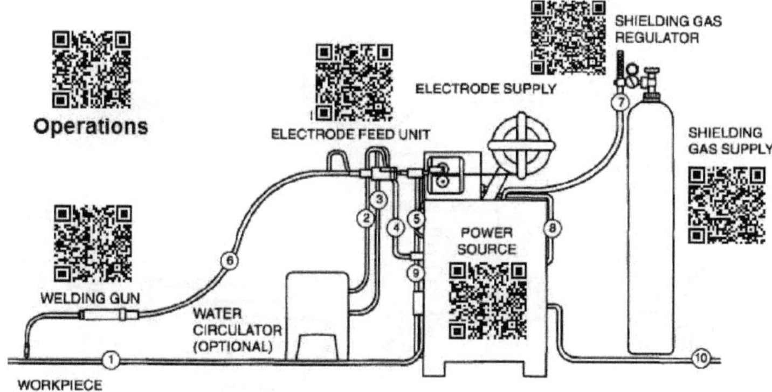

Gas Metal Arc Welding

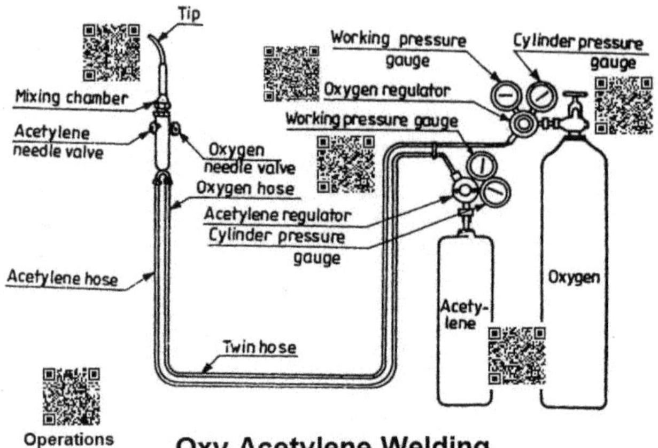

Oxy Acetylene Welding

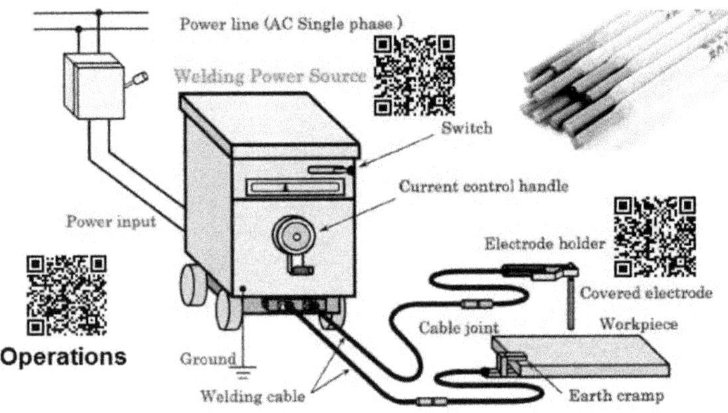

Shielded Metal Arc Welding

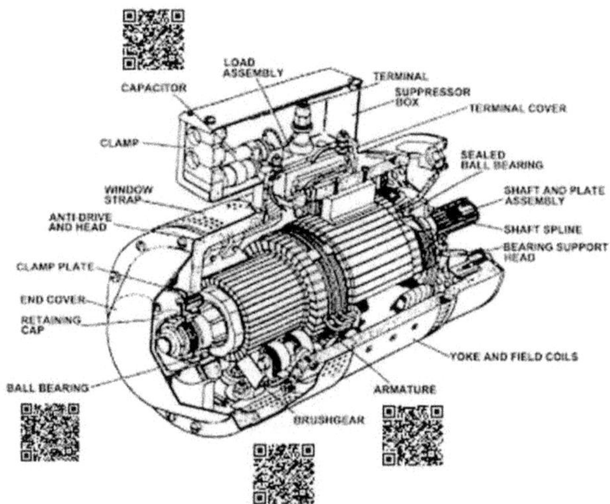

Electrical Generator

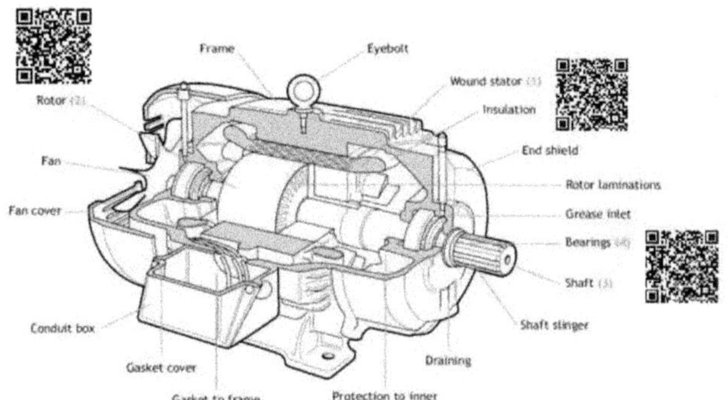

Electrical Induction Motor

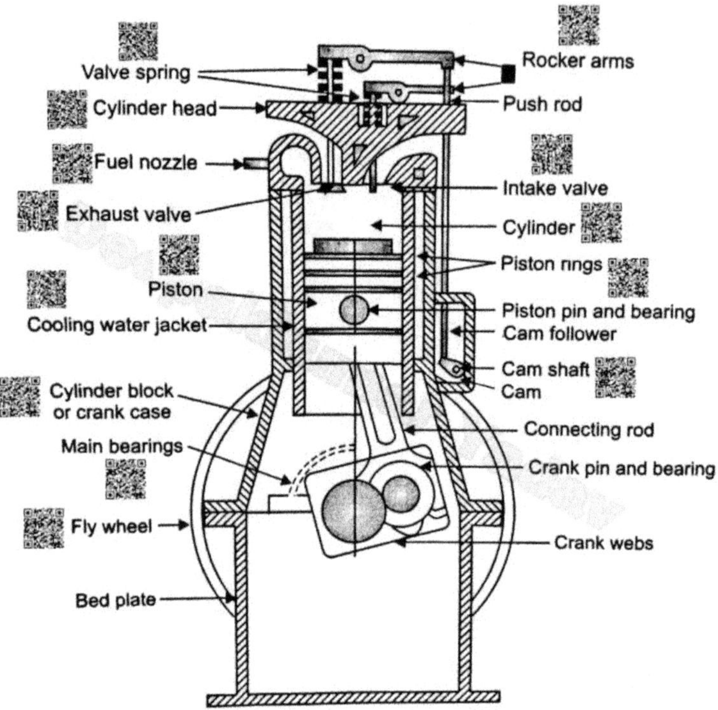

Components of Diesel Engine

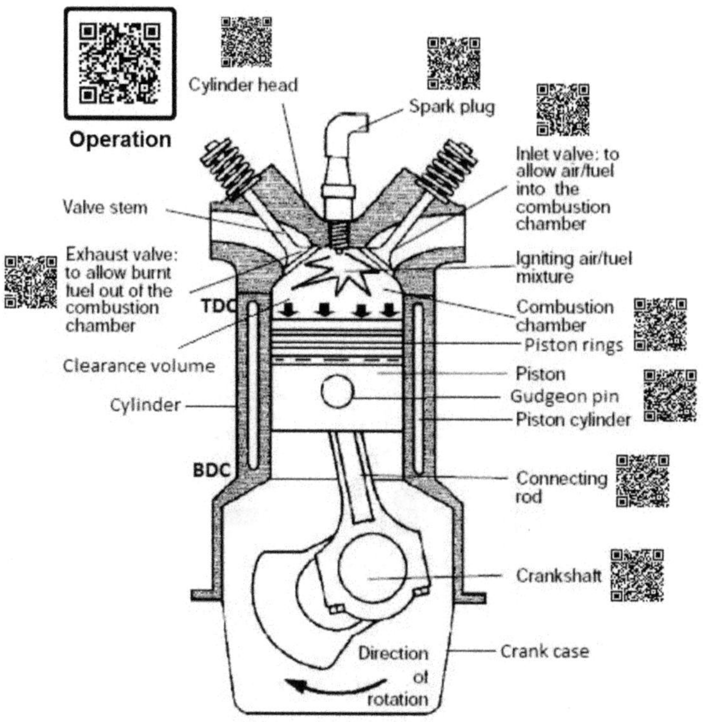

Petrol Engine Details

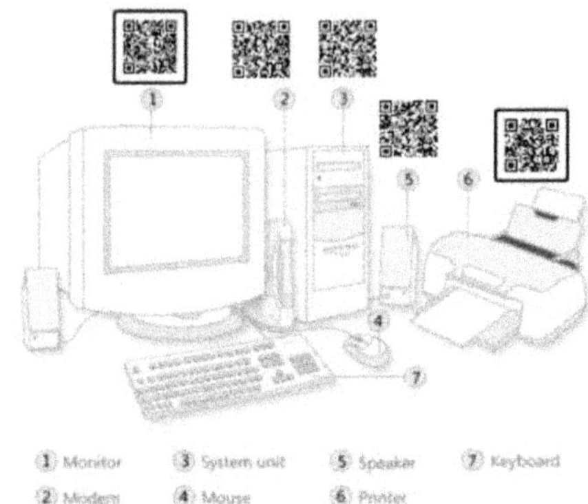
1 Monitor
2 Modem
3 System unit
4 Mouse
5 Speaker
6 Printer
7 Keyboard

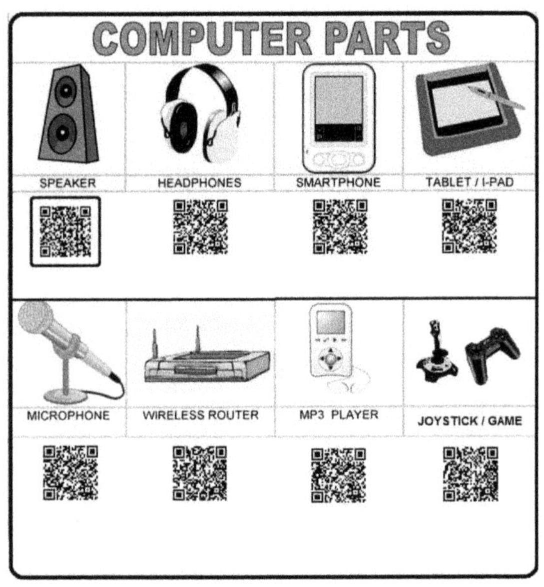
COMPUTER PARTS
SPEAKER
HEADPHONES
SMARTPHONE
TABLET / I-PAD
MICROPHONE
WIRELESS ROUTER
MP3 PLAYER
JOYSTICK / GAME

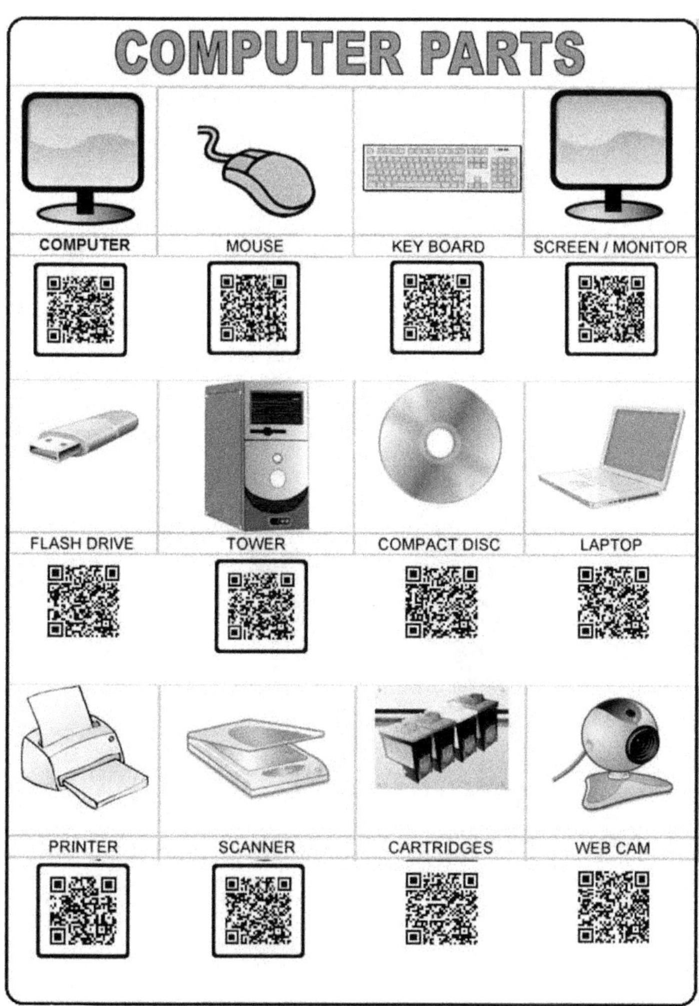
COMPUTER PARTS
COMPUTER
MOUSE
KEY BOARD
SCREEN / MONITOR
FLASH DRIVE
TOWER
COMPACT DISC
LAPTOP
PRINTER
SCANNER
CARTRIDGES
WEB CAM

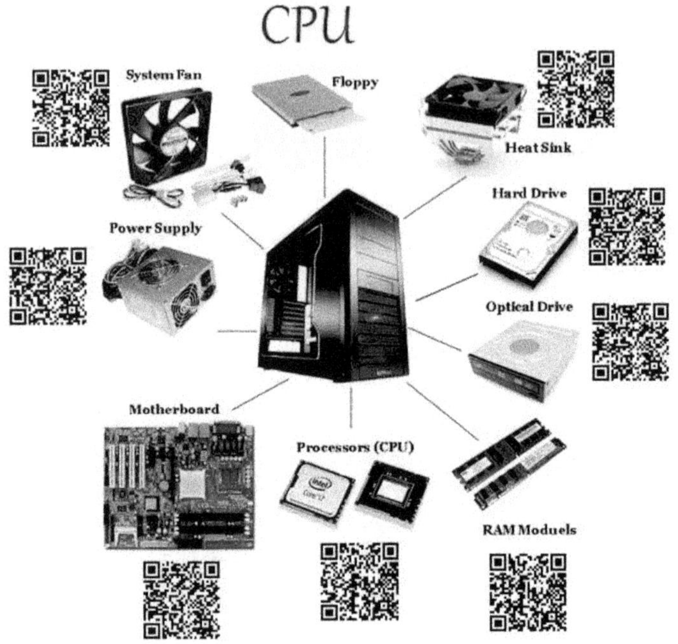

Computer CPU Hardware Components

Motherboard
Hardware Components

Grinding

Fire extinguisher

French curve in drawing

Set square in drawing

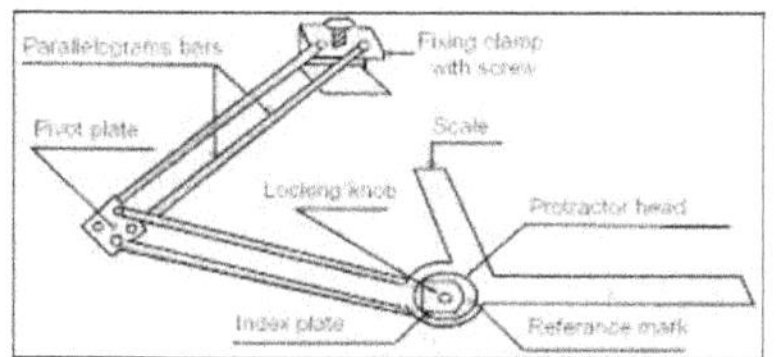

Mini drafter in drawing

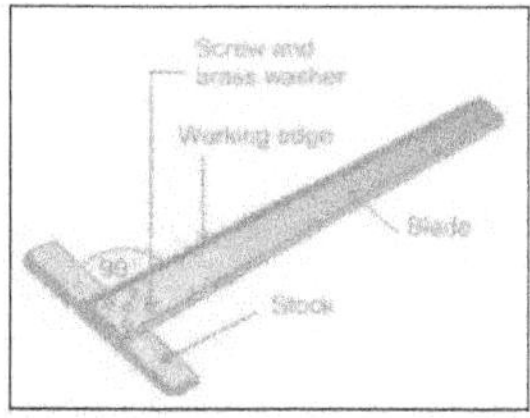

T - square in drawing

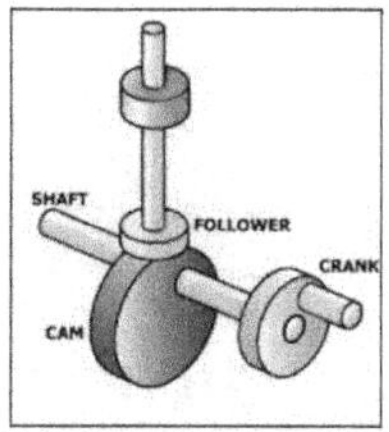

Cams in engine

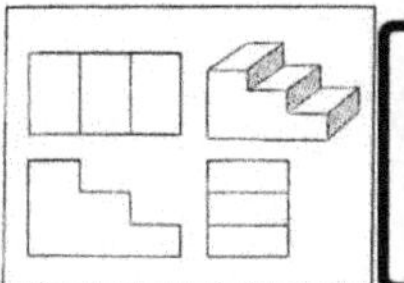

Orthographic projection in drawing

Third angle projection drawing

Cone in engineering drawing

Sphere in drawing

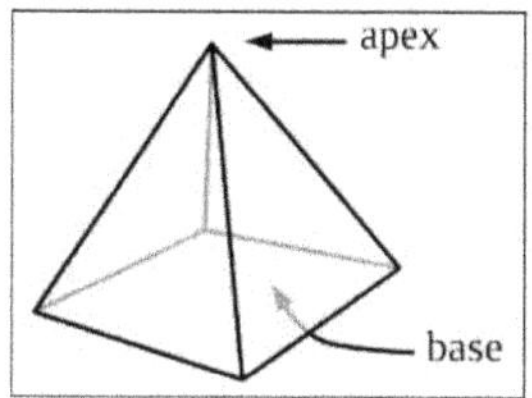

Pyramid drawing

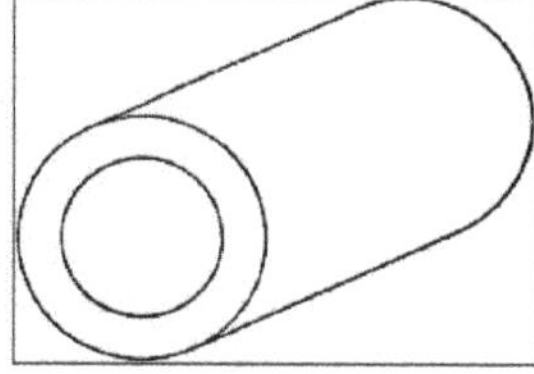

Cylinder in drawing

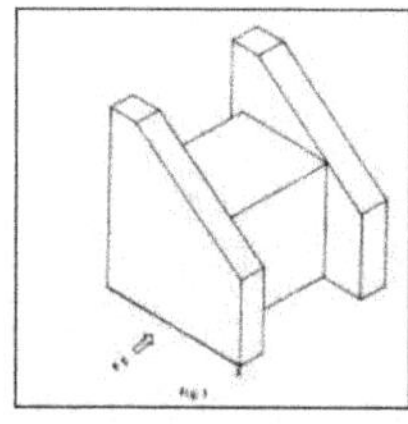

Isometric projections drawing

Curves engineering drawing

Sectional views in drawing

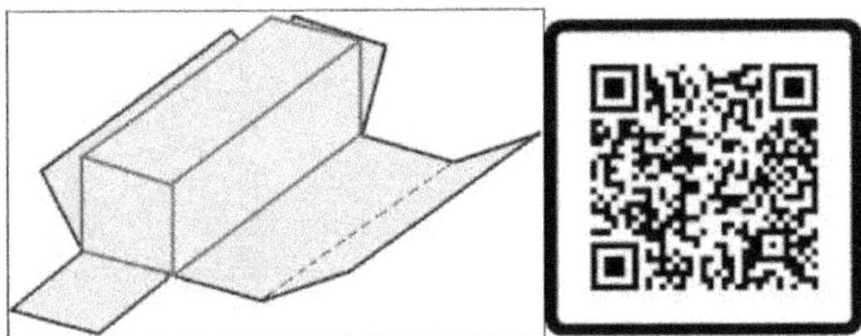

Development of surfaces in drawing

Hexagonal plane in drawing

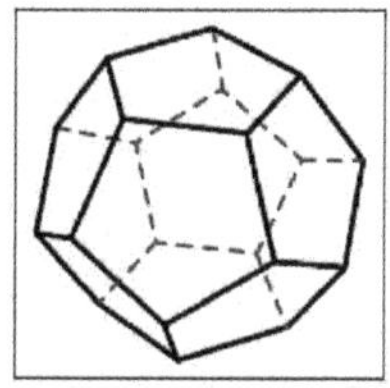

Polyhedron in drawing

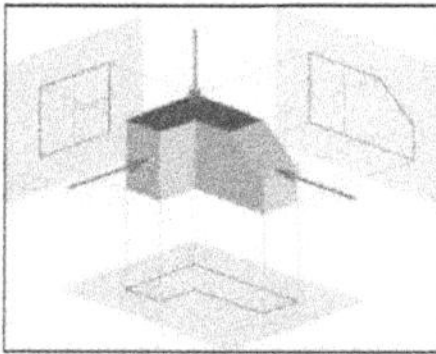

First Angle projection method in drawing

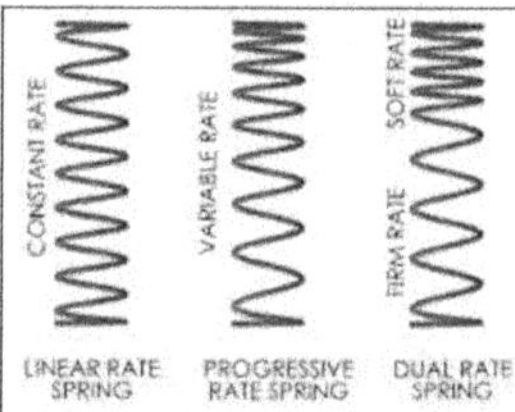

Springs in drawing

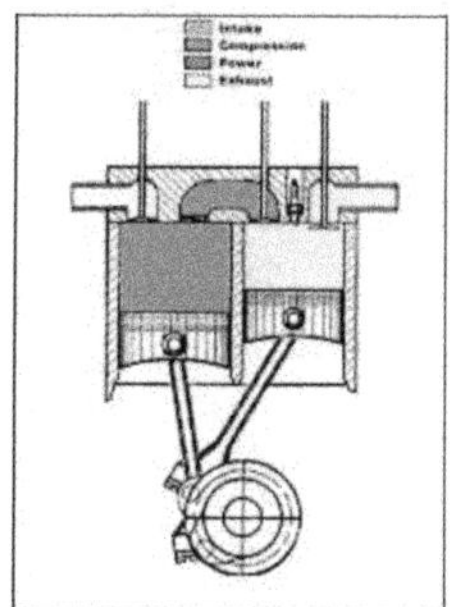

Engine in vehicle

Piston & rings in Engine

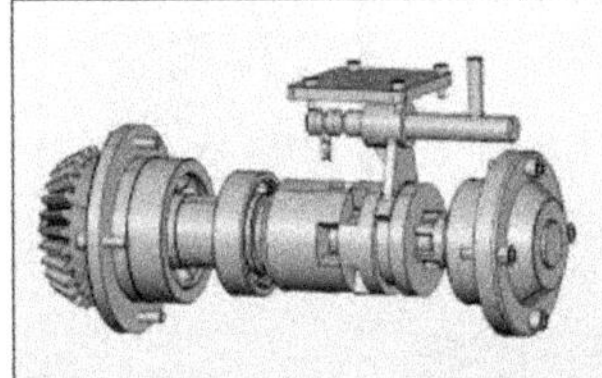

Dog clutches in vehicle

Fire extinguisher

Calliper

Hacksaw frame

Universal surface guage

Hammer

Centre punch

Bench vice

Files

Scraper

Surface Plate

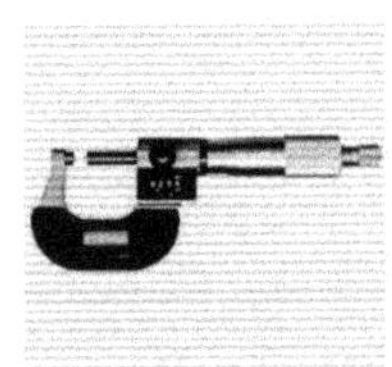

Outside Micrometer

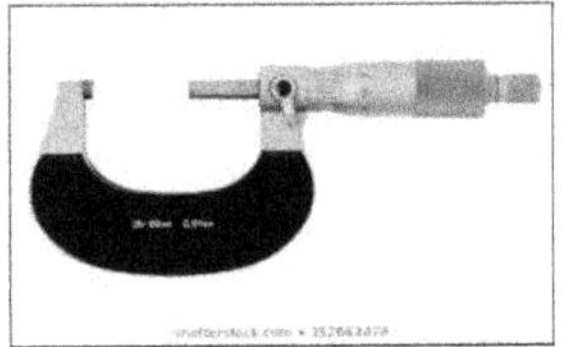

Micrometer

Depth micrometer

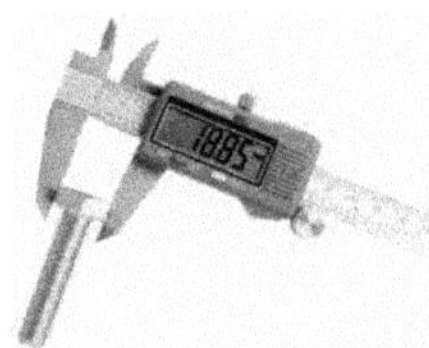

Vernier Calliper

Vernier bevel protractor

Drilling

Reamer

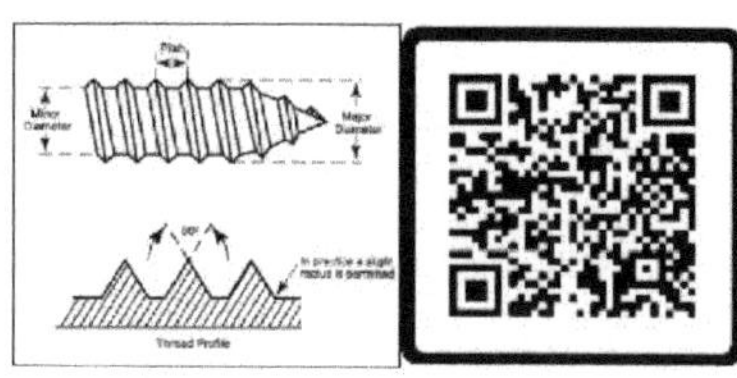

Thread

Tap Die

Grinding Wheel

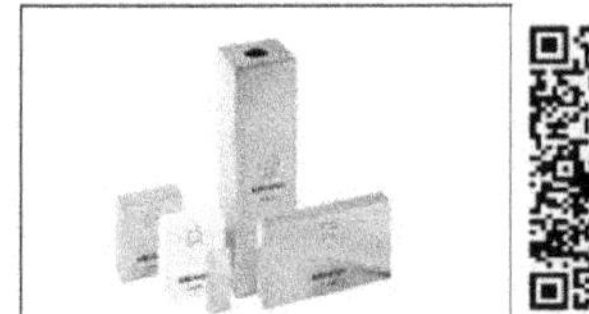

Slip gauge

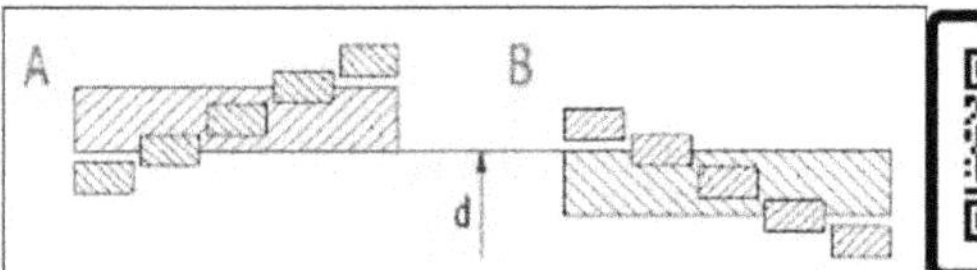

Limit fit tolerance

Lathe Machine

Lathe chuck

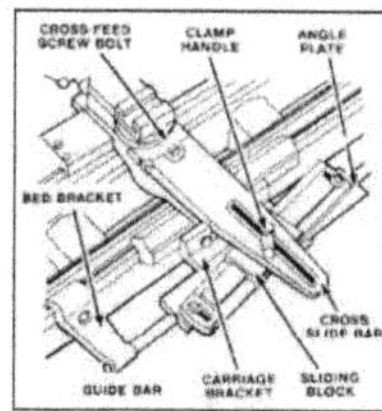

Taper turning attachment

taper ring gauge

screw pitch gauge

Gear

screw pitch gauge

Tap Die

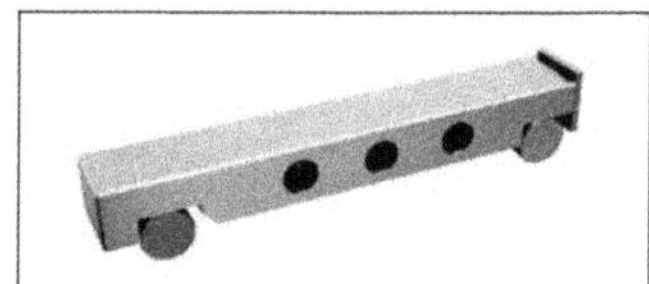

Sine bar

Slip gauge

Dial test indicator

Telescopic gauge

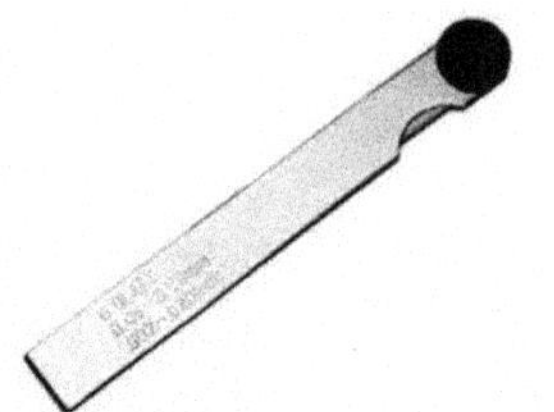

Feeler gauge

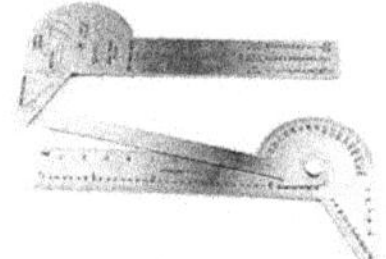

Centre gauge

Jig

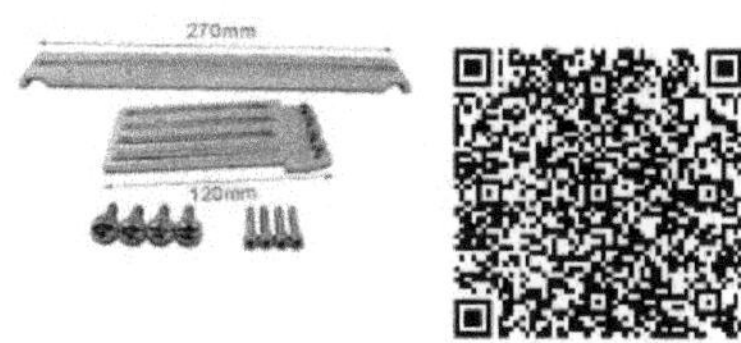

Fixture

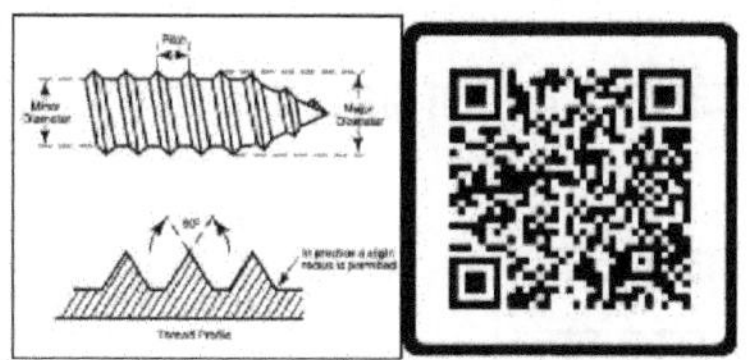

Thread

2

ड्राफ्ट्समन मेकॅनिकल मराठी MCQ

०१] रक्तस्त्राव झाल्यास उपचार घ्या

डी] थंड 3" आणि विश्रांती

<u>अ] थंडपाण्याचीफवारणीकरा</u>

ब] लगेच मलमपट्टी -----.

ब] अपघात विचार उपचार बद्दल चौकशी

०२] अपघात झाल्यास पीडितेने आय.एम

अ] विश्रांती घेण्यास सांगितले

<u>क] तात्काळहजरझाले</u>

डी] त्याला सोडा

०३] जखमी किंवा आजारी व्यक्तीला प्राथमिक उपचार दिले जातात....

अ] जीव वाचवा

ब] मफचा पुढील बिघाड टाळा

क] शक्य तितका आराम द्या

<u>ड] हेसर्व</u>

04] कचरा पेपर वेगळे करण्यासाठी डब्यांचा कलर कोड ----- आहे.

<u>अ] निळारंग</u>

ब] पिवळा रंग

क] लाल रंग

ड] हिरवा रंग

०५] जपानी भाषेत सेको म्हणजे -------------

<u>अ] चमकणे</u>

ब] क्रमवारी लावा

क] प्रमाणीकरण

ड] टिकवणे

06] SS प्रणालीचा फायदा ------ आहे.

अ] उत्पादकतेत वाढ

ब] गुणवत्तेत वाढ

क] वेळेचा अपव्यय कमी करणे

ड] हेसर्व

०७] सुरक्षा म्हणजे -----------

अ] कोणाचाही व्यवसाय नाही

ब] प्रत्येकशरीराचाव्यवसाय

क] काही शरीर व्यवसाय

ड] संस्थेचा व्यवसाय

08] मूलभूत श्रेणींसाठी सुरक्षा चिन्हे उपलब्ध आहेत "निषेध" चिन्हाचा अर्थ ----

अ] दाखवतेकीतेकेलेजाऊनये

ब] काय केले पाहिजे ते दाखवते

क] धोक्याची किंवा धोक्याची चेतावणी देते

ड] सुरक्षा तरतुदीची माहिती देते

09] वर्कशॉप सुरक्षा कोणती आहे?

अ] दुकानातीलमजलास्वच्छआणिग्रीस, तेलकिंवाइतरनिसरड्यापदार्थांपासूनमुक्तठेवा

ब] वेग बदलण्यापूर्वी मशीन थांबवा

C] फटाके किंवा चिरलेली साधने वापरू नका

ड] धावणारे मशीन हाताने थांबवण्याचा प्रयत्न करू नका

10] पर्सनल प्रोटेक्ट इक्विपमेंट (PPE] मध्ये हेल्मेट वापरले जाते

अ] डोकेसंरक्षितकरा

ब] डोळ्यांचे रक्षण करा

क] हातांचे संरक्षण करा

ड] कानांचे रक्षण करा

11] खालीलपैकी कोणते सामान्य सुरक्षिततेशी संबंधित आहे?

A चांगल्या वृत्तीचा कार्यकर्ता ठेवा

ब] काम स्वच्छ आणि स्पष्ट

क] आपल्या कामावर लक्ष केंद्रित करा

ड] मजलाआणिगँगवेस्वच्छआणिस्वच्छठेवा

12] दळताना डोळ्यांच्या संरक्षणासाठी कोणता वापर केला जातो?

अ] गडद हिरवा काच

ब] मुखवटा

क] सूर्याचा चष्मा

<u>ड] सुरक्षागॉगल</u>

Grinding wheels 1 bench grinder-wheel

दळणे

13] मशीनच्या सुरक्षिततेसाठी खालीलपैकी काय केले जाते?

<u>अ] मशीनसुरूकरण्यापूर्वीतेलाचीपातळीतपासा</u>

ब] पद्धतशीर पद्धतीने कामे करा

क] फरशी आणि गँगवे स्वच्छ आणि स्वच्छ ठेवा

ड] डाय आणि स्कार्फ वापरू नका

14] ln पर्सनल प्रोटेक्ट इक्विपमेंट (PPE], 'स्लीव्हज'चा वापर संरक्षणासाठी केला जातो ----------

चेहरा

ब] डोळे

क] कान

<u>ड] हात</u>

15] ABC म्हणजे --------------

अ] स्वयंचलित श्वास नियंत्रण

ब] स्वयंचलित रक्त नियंत्रण

<u>क] वायुमार्गातीलश्वासोच्छवासाचेअभिसरण</u>

ड] स्वयंचलित रक्त परिसंचरण

16] "क्लास बी" आग विझवण्यासाठी अग्निशामक यंत्राचे प्रकार वापरले जातात ....

<u>अ] कोरडीशक्ती</u>

ब] कार्बन डायऑक्साइड

क] पाण्याचा जेट

ड] फोम प्रकार

17] सामान्य आग विझवण्यासाठी कोणत्या प्रकारचे अग्निशामक यंत्र वापरले जाते?

अ] पाण्याचेप्रकारविझविण्याचेयंत्र

ब] फोम प्रकार एक्टिंग्विशर

क] कोरडी रासायनिक पावडर एक्टिंग्विशर

D] कार्बन डायऑक्साइड (C02] एक्टिंग्विशर

fire extingusher Fire Extingusher

अग्नीरोधक

18] 'T' चौकोन रेषा काढण्यासाठी वापरला जातो ......

a] कललेला

b] वक्र

c] अनुलंब

ड] क्षैतिज

१९] मोठ्या आकाराचे वर्तुळ काढण्यासाठी...

a] सरळ पट्टी

b] लांबकरणारीपट्टी

c] मोठा बार

ड] लहान बार

20] कोन काढण्यासाठी किंवा मोजण्यासाठी ... वापरतात.

a] चौरस सेट करा

b] संरक्षक

c] 'T' चौकोन

d] यापैकी काहीही नाही

21] पेन्सिलचा दर्जा अक्षरे रेखाटण्यासाठी वापरला जातो ....

a] शंकूच्याआकाराचाबिंदू

b] छिन्नी बिंदू

c] मऊ

ड] कमी

22] एकसमान जाडीच्या पातळ रेषा काढण्यासाठी पेन्सिलला ...... या स्वरूपात तीक्ष्ण केली पाहिजे.

अ] छिन्नी धार

b]शंकूच्या आकाराचे

c] <u>सूचित</u>

d] यापैकी काहीही नाही

23] कंपासने काढता येत नसलेले वक्र काढण्यासाठी काय वापरले जाते

अ] लहान कंपास

b] <u>फ्रेंचवक्र</u>

c] संरक्षक

d] यापैकी काहीही नाही

french curve2

dr French curve

रेखाचित्र मध्ये फ्रेंच वक्र

24]अनावश्यक रेषा ..... द्वारे काढल्या जातात.

a] डस्टर

b] सँड पेपर ब्लॉक

c] <u>खोडरबर</u>

d] यापैकी काहीही नाही

25] वर्तुळ आणि चाप .....l च्या सहाय्याने काढले जातात.

a] होकायंत्र

b] दुभाजक

c] लांबीची पट्टी

d] यापैकी काहीही नाही

26] इंकिंग पेनचा वापर चित्र काढण्यासाठी केला जातो.

a] क्षैतिज रेषा

b] गोलाकार नसलेले चाप

c] उभ्या रेषा

d] हेसर्व

27] कार्ड बोर्ड स्केल ..... च्या संचामध्ये उपलब्ध आहेत.

अ] ७

ब] ८

c] 6

ड] ९

28] शाळा आणि महाविद्यालयांमध्ये वापरण्यासाठी 30 -60°-90° सेट चौरस आकाराचा सोयीस्कर लांबी आहे......

अ] 250

b] 200

c] 300

d] यापैकी काहीही नाही

set square

dr Set square

रेखाचित्र मध्ये चौरस सेट करा

29] ड्रॉइंग बोर्ड .... चा आकार आहे.

a] चौरस

b] आयताकृती

c] त्रिकोणी

d] यापैकी काहीही नाही

30] 'टी' स्क्वेअर, सेट स्क्वेअर, स्केल प्रोटॅक्टर यांचा वापर ...... मध्ये केला जातो.

a] संरक्षक

b] मिनीड्राफ्टर

c] चौरस सेट करा

d] यापैकी काहीही नाही

mini drafter drawing2

dr Mini drafter

रेखाचित्र मध्ये मिनी ड्राफ्टर

31]या उद्देशासाठी चौरस सेट करा, T चौकोनी कडा बेव्हल केल्या आहेत.

a] वक्र रेषा

b] <u>शाईच्याओळी</u>

b] मोजमाप घेणे

d] यापैकी काहीही नाही

t square6

dr T square

टी - रेखाचित्र मध्ये चौरस

32]भौमितिक बांधकाम जे बहुतेक समतल भूमितीवर आधारित आहेत आणि जे खूप आहेत.

a] अचूकता

b] गुणवत्ता

c] आवश्यक

ड] उत्कृष्ट दर्जा

33] नियमित बहुभुज काढण्याची किती पद्धत.......

a] वर्तुळ पद्धत आणि चाप पद्धत शिलालेख

b] कोणताही बहुभुज काढण्यासाठी सामान्य पद्धत

c] पर्यायी पद्धत

d] हेसर्व

34] AB रेषा .... समान भागांमध्ये विभागली जाऊ शकते.

अ] ७

ब] १०

c] १५

ड] ते सर्व

35] वर्तुळात त्रिकोण बांधण्याची कोणती पद्धत......

अ] शिलालेख

b] वर्णन करणे

c] a आणि b दोन्ही

d] यापैकी काहीही नाही

36] जेव्हा षटकोनीच्या दोन बाजू आडव्या असणे आवश्यक असते तेव्हा समान भागाकार पायरी करण्यासाठी सुरवातीचा बिंदू ..... च्या शेवटी असावा.

a] क्षैतिजव्यास

b] उभा व्यास

c] कलते व्यास

d] यापैकी काहीही नाही

37] षटकोनीच्या दोन बाजू उभ्या असणे आवश्यक असल्यास प्रारंभ बिंदू ... च्या शेवटी असावा.

a] कलते व्यास

b] क्षैतिज व्यास

c] उभाव्यास

d] यापैकी काहीही नाही

38] उजव्या वर्तुळाकार शंकूच्या आंतरभागाद्वारे शंकूच्या अक्षाच्या सापेक्ष भिन्न स्थितीत असलेल्या समतल भागाला ...... म्हणतात.

अ] शंकू

b] मंडळे

c] त्रिकोण

ड] अर्ध वर्तुळ

39] जेव्हा सेक्शन प्लेन अक्षाकडे झुकलेला असतो आणि एका शिखरावरील सर्व जनरेटर कापतो तेव्हा विभाग...... मध्ये असतो.

अ] कोनिक विभाग

b] <u>लंबवृत्त</u>

c] पॅराबोला

ड] हायपरबोला

40] जेव्हा विभागाचे समतल अक्षाकडे झुकलेले असते आणि जनरेटरपैकी एकाला समांतर असते तेव्हा विभाग .... असतो.

a] लंबवृत्त

b] <u>पॅराबोला</u>

c] हायपरबोला

ड] सायक्लॉइड

41] लंबवर्तुळाकार वक्र वापरणे म्हणजे........

a] कमानी

b] धरणे आणि स्मारके

c] मॅनहोल्स, ग्रंथी आणि स्टफिंग बॉक्स

ड] <u>हेसर्व</u>

42] पॅराबॉलिक वक्र चा वापर........

अ] पूल आणि कमानी

b] ध्वनी परावर्तक

c] प्रकाश परावर्तक

ड] <u>हेसर्व</u>

43] हायपरबोलिकल वक्र चा वापर आहे......

a] <u>कुलिंगटॉवरआणिजलवाहिनी</u>

b] डेम्स

c] पूल

ड] हे सर्व

44] जेव्हा बिंदू वर्तुळात असतो तेव्हा वक्र ...... म्हणतात.

अ] सुपीरियर ट्रॉकोइड

b] <u>अंतर्गतट्रॉकोइड</u>

c] ट्रोकॉइड

ड] आयसोट्रोकॉइड

45] जेव्हा बिंदू वर्तुळाच्या बाहेर असतो तेव्हा वक्र म्हणतात......

अ] आतील ट्रॉकोइड

b] सुपीरियरट्रोकॉइड

c] ट्रोकॉइड

d] इन्सुपीरियर ट्रोकॉइड

46] वर्तुळाच्या परिघावरील एका बिंदूद्वारे सामान्य वक्र, जो दुसऱ्या वर्तुळावर न सरकता त्याला ...... म्हणतात.

a] एपिसाइक्लोइड्स

b] हायपोसायक्लोइड

c] अंतर्भूत

d] यापैकी काहीही नाही

47] जेव्हा वर्तुळ दुसऱ्या वर्तुळात फिरते तेव्हा वक्र म्हणतात.......

a] हायपोसायक्लोइड

b] एपिसाइक्लोइड्स

c] ट्रोकॉइड

d] हायपोट्रोकॉइड

48] आर्कमीडियन सर्पिल वक्र चा वापर........ मध्ये केला जातो.

a] हेलिकल गियर्सचे दात प्रोफाइल

b] कॅमचे प्रोफाइल

c] अआणिबदोन्ही

d] यापैकी काहीही नाही

cams mmv Cam Follower

इंजिनमध्ये कॅम्स

49] कॅम्स मोठ्या प्रमाणावर वापरले जातात........

a] स्वयंचलित

b] छपाई यंत्रे

c] C इंजिन

ड] <u>हेसर्व</u>

50] स्प्रिंग इंडेक्स =

a] कॉइलचा व्यास / वायरचा व्यास

b] <u>वायरचाव्यास / कॉइलचाव्यास</u>

c] वायरचा सरासरी व्यास / कॉइलचा व्यास

ड] कॉइलचा सरासरी व्यास / वायरचा व्यास

51] विक्षिप्तपणा =

a] <u>फोकसपासूनबिंदूचेअंतर / डायरेक्टिक्सपासूनबिंदूचेअंतर</u>

b] बिंदूपासून फोकसचे अंतर / बिंदूपासूनचे अंतर

c] फोकसपासून बिंदूचे अंतर / बिंदूच्या डायरेक्टिक्सचे अंतर

d] डायरेक्टिक्सपासून बिंदूचे अंतर / फोकसपासून बिंदूचे अंतर

52] गणितीयदृष्ट्या लंबवृत्ताचे वर्णन समीकरणाद्वारे केले जाऊ शकते.

a] $a^2 / X^2 + y^2 / b^2 = 1$

b] $x^2 / a^2 + y^2 / b^2$

c] $x^2 / a^2 + y^2 / b^2 = 0$

d] <u>$x^2 / a^2 + y^2 / b^2 = 1$</u>

53] गणितीयदृष्ट्या पॅराबोलाचे वर्णन समीकरणाद्वारे केले जाऊ शकते......

a] $y^2 = 4ax$

b] $x^2 = 2ay$

c] $x^2 = 4ay$

ड] <u>अआणिबदोन्ही</u>

54] गणितीयदृष्ट्या हायपरबोलाचे वर्णन समीकरणाद्वारे केले जाऊ शकते.......

a] <u>$x^2/a^2 - y^2/b^2 = 1$</u>

b] $x^2/y^2 - y^2/x^2 = 0$

c] अ आणि ब दोन्ही

d] यापैकी काहीही नाही

55] सायक्लॉइडचे वर्णन समीकरणाद्वारे केले जाऊ शकते......

a] y = a(1-cos Ø]

b] x = a(Ø -sin Ø]

c] <u>अआणिबदोन्ही</u>

d] यापैकी काहीही नाही

56] गणितीयदृष्ट्या प्रस्तुत हायपोसायक्लोइड आहे.....

a] $Y = a \cos^3 Ø, X = a \sin^3 Ø$

b] $X = a \sin^3 Ø, Y = a \cos^3 Ø$

c] <u>$X = a \cos^3 Ø, Y = a \sin^3 Ø$</u>

d] यापैकी काहीही नाही

57] involute द्वारे गणितीय रीतीने दर्शविले जाते

a] X = r sin Ø - r Ø cos Ø, Y = r cos + r Ø पाप Ø

b] X = r sin Ø + r cos Ø, Y = r cos Ø – r Ø sin Ø

c] Y = r Ø cos Ø – r sin Ø, X = r sin Ø – r Ø cos Ø

d] X = r cos Ø + r Ø sin Ø, Y =r sin Ø - r Ø cos Ø

58] वस्तूपासून विमानापर्यंतच्या रेषांना ...... म्हणतात.

a] प्रक्षेपण

b] प्रोजेक्टर

c] संदर्भ विमान

d] यापैकी काहीही नाही

59] ऑर्थोग्राफिक प्रोजेक्शन एखाद्या वस्तूचे परस्पर लंब प्रक्षेपण रेषांवर दृश्याद्वारे दर्शविले जाते

अ] दोनकिंवातीन

b] तीन किंवा दोन

c] तीन किंवा चार

d] यापैकी काहीही नाही

60] जेव्हा प्रक्षेपक एकमेकांना समांतर आणि विमानाला लंब असतात तेव्हा प्रक्षेपण म्हणतात.

अ] आयसोमेट्रिक प्रोजेक्शन

b] तिरकस प्रक्षेपण

c] ऑर्थोग्राफिकप्रोजेक्शन

ड] दृष्टीकोन प्रक्षेपण

orthographic projection drawing6 orthographic projection

रेखांकन मध्ये ऑर्थोग्राफिक प्रोजेक्शन

61] ऑर्थोग्राफिक प्रोजेक्शनच्या उद्देशाने वापरलेली दोन विमाने आहेत......

a] सहायक विमान

ड] क्षैतिज समतल

c] संदर्भविमान

d] यापैकी काहीही नाही

62] ज्या रेषेत ते छेदतात त्या रेषेला संदर्भ रेषा म्हणतात आणि अक्षरांनी दर्शविले जाते.......

a] AB

b] YZ

c] XY

d] यापैकी काहीही नाही

63] VP वरील प्रक्षेपणाला........ म्हणतात.

a] बाजूचे दृश्य

b] समोरचेदृश्य

c] शीर्ष दृश्य

ड] हे सर्व

64] ....पद्धती, जेव्हा दृश्ये त्यांच्या सापेक्ष स्थितीत काढली जातात तेव्हा विमान उंचीच्या खाली येते. उंचीच्या उजव्या बाजूला डावीकडून निरीक्षण केल्याप्रमाणे ऑब्जेक्टचे दृश्य.

a] प्रक्षेपणाचे विमान

b] प्रथमकोनप्रक्षेपण

c] तिसरा कोन प्रक्षेपण

d] यापैकी काहीही नाही

65] तिसरा कोन प्रक्षेपण पद्धत, वस्तू........ चतुर्थांश मध्ये स्थित आहे असे गृहीत धरले जाते.

अ] पहिला चतुर्थांश

b] दुसरा चतुर्थांश

c] तिसराचतुर्थांश

ड] चौथा चतुर्थांश

66] .... प्रोजेक्शन पद्धत यूएसए आणि इतर देशांमध्ये वापरली जाते.

a] प्रक्षेपणाचे विमान

b] ऑर्थोग्राफिक प्रोजेक्शन

c] प्रथम-कोन प्रक्षेपण

d] तिसराकोनप्रक्षेपण

third angle projection2 orthographic projection

तिसरा कोन प्रोजेक्शन रेखाचित्र

67] जेव्हा एखादी वस्तू जमिनीवर असते तेव्हा पहिल्या कोन प्रक्षेपण पद्धतीने, तिचा तळाचा भाग XY सह आत असतो.

अ] शीर्ष दृश्य

b] समोरचेदृश्य

c] बाजूचे दृश्य

ड] हे सर्व

68] या प्रक्षेपण प्रणालीचा महत्त्वाचा घटक

a] एक वस्तू

b] प्रक्षेपणाचे विमान

c] एक निरीक्षक

ड] हेसर्व

69] रेषा AB ही HP ला समांतर असते तेव्हा ......

a] AB चे समोरचे दृश्य

b] त्याचे बाजूचे दृश्य AB च्या बरोबरीचे आहे

c] हेशीर्षदृश्य AB च्याबरोबरीचेआहे

d] यापैकी काहीही नाही

70] जेव्हा एखादी रेषा विमानाला समांतर असते; विमानावरील त्याचे प्रक्षेपण त्याच्या बरोबरीचे आहे;

अ] खरीलांबी

b] खरा आकार

c] खरा आकार

d] यापैकी काहीही नाही

71] बिंदू समांतर आहे ज्यामध्ये रेषा किंवा रेषा बिंदूला भेटतात त्याला समतल म्हणतात.

अ] ओळ

b] गुणोत्तर

c] <u>ट्रेस</u>

d] यापैकी काहीही नाही

72] .... हे दोन बिंदूंमधील सर्वात कमी अंतर आहे.

a] एक ओळ

b] एक बिंदू

c] <u>एकसरळरेषा</u>

d] यापैकी काहीही नाही

73] जेव्हा रेषा क्षैतिज समतलाला छेदते तेव्हा याला म्हणतात.....

a] <u>क्षैतिजट्रेस</u>

b] अनुलंब ट्रेस

c] रेषेचा ट्रेस

d] यापैकी काहीही नाही

74] विमाने दोन मुख्य प्रकारांमध्ये विभागली जाऊ शकतात ......

a] लंब समतल, सहायक समतल

b] <u>लंबसमतल, तिरकससमतल</u>

c] सहायक समतल, लंब समतल

d] यापैकी काहीही नाही

75] संदर्भ विमानाकडे झुकलेल्या विमानांना...... म्हणतात.

a] सहायक विमान

b] <u>obliqeu विमान</u>

c] लंब समतल

ड] चित्र विमान

76] जेव्हा एखादे विमान संदर्भ समतलाला लंब असते तेव्हा त्या समतलावरील प्रक्षेपण .... असते.

a] क्षैतिज रेषा

b] समांतर रेषा

c] <u>सरळरेषा</u>

d] यापैकी काहीही नाही

77] जेव्हा एखादे विमान संदर्भ समतलाला समांतर असते तेव्हा ते त्या विमानावरील प्रक्षेपण दर्शवते........

अ] <u>तोखराआकारआणिआकारआहे</u>

b] ती खरी लांबी आणि आकार आहे

c] ही खरी उंची आणि आकार आहे

d] यापैकी काहीही नाही

78] VP आणि HP ला लंब असलेल्या विमानाला .... असे म्हणतात.

a] सहायक विमान

b] तिरकस विमान

c] <u>लंबसमतल</u>

d] यापैकी काहीही नाही

79] लंब समतल खालील प्रकारांमध्ये विभागले जाऊ शकते.........

a] दोन्ही संदर्भ समतलांना लंब.

b] एका समतलाला लंब आणि दुसऱ्याला समांतर

c] एका विमानाला लंब आणि दुसर्‍याकडे कलते

ड] <u>हेसर्व</u>

80] विमानांना फक्त दोन मिती असतात, उदा........

अ] <u>लांबीआणिरुंदी</u>

b] लांबी आणि उंची

c] लांबी आणि जाडी

ड] हे सर्व

81] तळांच्या केंद्रांना जोडणारी प्रिझमची काल्पनिक रेषा......... म्हणतात.

a] चेहरे

b] <u>अक्ष</u>

c] शिखर

ड] पाया

82] उजव्या आणि नियमित प्रिझममध्ये त्याचा अक्ष असतो....... पायापर्यंत

a] समांतर

b] <u>लंब</u>

c] कललेला

d] यापैकी काहीही नाही

Prisem1 dr Polygon polyhedron

83] जेव्हा एखादा पिरॅमिड किंवा शंकू त्याच्या पायाशी समांतर समतलाने कापला जातो तेव्हा वरचा भाग काढून टाकला जातो तेव्हा उरलेल्या भागाला .... असे म्हणतात.

अ] गोल

b] शंकू

c] सिलेंडर

ड] <u>फ्रस्टम</u>

Cone dr Cone Drawing

अभियांत्रिकी रेखाचित्र मध्ये शंकू

84] तिरकस सिलिंडर आणि शंकू यांना त्यांच्या अक्षा आहेत........ त्यांच्या पायावर

a] <u>कललेला</u>

b] समांतर

c] लंब

ड] हे सर्व

85] जमिनीवर विसावलेल्या आणि एकमेकांच्या संपर्कात असलेल्या दोन समान गोलाकारांचे प्रक्षेपण .... च्या समांतर मध्यभागी जोडणारी रेषा.

a] A VP

b] VP

c] HP

ड] हे सर्व

sphere1 dr Sphere Drawing

रेखाचित्र मध्ये गोल

86] दुसर्‍या समतल भागाच्या प्रक्षेपणांना ...... म्हणतात.

a] विभागातील विमाने

b] उघडविभाग

c] गोलाचा खरा आकार

d] यापैकी काहीही नाही

87] जेव्हा सेक्शन प्लेन HP किंवा जमिनीला समांतर असेल तेव्हा सेक्शनचा खरा आकार......... मध्ये दिसेल.

a] समोरचे दृश्य

b] बाजूचे दृश्य

c] शीर्षदृश्य

ड] हे सर्व

88] घनाची पृष्ठभाग एका विमानावर घातली जाते, या आकृतीला त्याचे .... असे म्हणतात.

अ] आंतरप्रवेश

b] विकास

c] छेदनबिंदू

d] यापैकी काहीही नाही

89] पृष्ठभागांचा विकास .... मध्ये आवश्यक आहे.

अ] फाऊंड्री दुकान

b] शीटमेटलवर्क

c] फिटिंगचे दुकान

d] यापैकी काहीही नाही

90] संक्रमणाच्या तुकड्यांमध्ये विकासाची कोणती पद्धत वापरली जाते?

a] समांतर व्यास

b] रेडियल लाइन पद्धत

c] <u>त्रिकोणीपद्धत</u>

ड] अंदाजे पद्धत

91] पिरॅमिड आणि शंकूमध्ये विकासाची कोणती पद्धत वापरली जाते.........

a] <u>रेडियललाइनपद्धत</u>

b] समांतर रेषा पद्धत

c] अंदाजे पद्धत

d] त्रिकोणी पद्धती

pyramid2 dr Pyramid Drawing

पिरॅमिड रेखाचित्र

92] समांतर रेषेची पद्धत .... मध्ये वापरली जाते.

a] प्रिझम

b] सिलेंडर

c] चौकोनी तुकडे

ड] <u>हेसर्व</u>

93] विकासाची कोणती पद्धत पृष्ठभागावर गोलाकार, पॅराबोलॉइड, लंबवर्तुळाकार, हायपरबोलॉइड आणि हेलिकॉइड्स म्हणून वापरली जाते

a] रेडियल लाइन पद्धत

b] त्रिकोणी पद्धत

c] <u>अंदाजेपद्धत</u>

d] समांतर रेषा पद्धत

94] झोन पद्धत आणि ल्युन पद्धत .... च्या विकासासाठी वापरली जाते.

अ] प्रिझम

b] शंकू

c] <u>गोल</u>

ड] पिरॅमिड्स

मूळ वर्तुळाच्या त्रिज्या Θ = 360 ^{0}·सूत्रानुसार उपटेन्ड कोन Θ मोजा

अ] <u>अक्षाचीलांबी</u>

b] <u>तिरकसउंची</u>

c] अक्षाची त्रिज्या

d] यापैकी काहीही नाही

96] अभियांत्रिकी प्रॅक्टिसमध्ये, बांधलेल्या वस्तूंचे घटक भाग असू शकतात, ज्याचे पृष्ठभाग एकमेकांना रेषांमध्ये छेदतात ज्याला छेदनबिंदू म्हणतात.

a] <u>ओळी</u>

b] शंकू

c] सिलेंडर

ड] प्रिझम

97] परस्परसंवादाची ओळ ...... च्या स्वरूपावर अवलंबून असू शकते.

a] <u>छेदनबिंदूपृष्ठभाग</u>

b] छेदणारे घन पदार्थ

c] छेदनबिंदू शंकू

d] यापैकी काहीही नाही

98] दोन समतल पृष्ठभाग एका........ रेषेत छेदतात

a] वक्र

b] <u>सरळ</u>

c] विमान

ड] हे सर्व

99] दोन वक्र पृष्ठभाग किंवा यांच्यातील छेदनबिंदूची रेषा......... पृष्ठभाग आणि वक्र पृष्ठभाग ही वक्र आहे.

a] वक्र

b] <u>एकविमान</u>

c] एक घन पदार्थ

d] यापैकी काहीही नाही

100] जेव्हा एक घन पदार्थ दुसऱ्या घन पदार्थात पूर्णपणे प्रवेश करतो तेव्हा छेदनबिंदूच्या दोन रेषा असतील. या ओळींना कधी कधी रेषा किंवा .... म्हणतात.

अ] आंतरप्रवेशाची रेषा

b] <u>इंटरपेनेट्रेशनचावक्र</u>

c] आंतरप्रवेशाचे घन

ड] हे सर्व

101] पेनिट्रेशन वक्र चा वापर......

a] शीट मेटल वर्क

b] फिटिंगचे दुकान

c] <u>बनावटीचेकाम</u>

ड] फाऊंड्री दुकान

102] दोन इंटरफेनेट्रेशनच्या पृष्ठभागामधील छेदनबिंदूची रेषा निश्चित करण्याच्या पद्धती.........

a] अंदाजे पद्धत आणि रेडियल लाइन पद्धत

b] <u>लाइनपद्धतआणिकटिंगप्लेनपद्धत</u>

c] त्रिकोणी पद्धत आणि समांतर रेषा पद्धत

d] यापैकी काहीही नाही

103] आंतरप्रवेशाचे उदाहरण .... आहे.

a] दोन प्रिझम छेदनबिंदू

b] सिलेंडर आणि प्रिझम छेदनबिंदू

c] शंकू आणि सिलेंडर्स छेदनबिंदू

ड] <u>हेसर्व</u>

104] दोन सिलिंडर छेदनबिंदू हे........ याचे उदाहरण आहे.

a] <u>छेदनबिंदू</u>

b] आंतरप्रवेश

c] शंकू छेदनबिंदू

d] यापैकी काहीही नाही

cylinder8 dr Cylinder Drawing

रेखांकन मध्ये सिलेंडर

105] .... उदाहरणात्मक समस्या सोडवताना पद्धतीचे तपशीलवार वर्णन केले आहे

अ] रेषा पद्धत

b] रेडियल लाइन पद्धत

c] <u>कटिंगप्लेनपद्धत</u>

d] समांतर रेषा पद्धत

106] आयसोमेट्रिक प्रोजेक्शनचा प्रकार काय आहे?

a] <u>सचित्रप्रक्षेपण</u>

b] ऑर्थोग्राफिक प्रोजेक्शन

c] परिप्रेक्ष्य प्रक्षेपण

ड] तिरकस प्रोजेक्शन

isometric projections

drawing11 isometric projection

आयसोमेट्रिक प्रक्षेपण रेखाचित्र

107] आयसोमेट्रिक दृश्ये काढली गेली आहेत........

अ] पूर्ण प्रमाण

b] अर्धा स्केल

c] <u>खरीलांबी</u>

ड] खरे प्रमाण

108] सममितीय अक्षाच्या समांतर रेषेला .... म्हणतात.

a] सममितीय अक्ष

b] <u>आयसोमेट्रिकरेषा</u>

c] आयसोमेट्रिक विमाने

ड] सममितीय दृश्ये

109] आयसोमेट्रिक प्रक्षेपण हे प्रमाण कमी होते.........

अ] ३ :

b] १ : २

c] २ : २

ड] <u>२ : ३</u>

110] ने काढलेल्या वर्तुळाचे सममितीय प्रक्षेपण........

अ] आयसोमेट्रिक प्लेन

b] आयसोमेट्रिक आलेख

c] सममितीय रेखाचित्र

ड] आयसोमेट्रिकस्केल

111] लंबवर्तुळाचा प्रमुख अक्ष .... पेक्षा लांब आहे.

a] वर्तुळाची त्रिज्या

b] खरा व्यास

c] वर्तुळाचाव्यास

d] यापैकी काहीही नाही

112] .... वापरून सममितीय दृश्य रेखाटण्याचा सराव करते.

अ] आयसोमेट्रिक विमाने

b] आयसोमेट्रिक रेषा

c] आयसोमेट्रिकआलेख

d] सममितीय दृश्य

113] पॅराबॉलिक वक्र चा वापर आहे

a] ध्वनीपरावर्तक

b] धरणे

c] बॉयलरचे मॅन होल

d] ग्रंथी आणि स्टफिंग बॉक्स

curves engineering curves

वक्र अभियांत्रिकी रेखाचित्र

114] जेव्हा विभाग समतल झुकलेला असतो तेव्हा विभागाचा खरा आकार असतो

a] AVP

b] VP

c] HP

ड] ए/पी

115] जेव्हा सेक्शन प्लेन HP आणि VP या दोन्हींना लंब असतो तेव्हा विभागाचा खरा आकार असतो

अ] शीर्ष दृश्य

b] बाजूचेदृश्य

c] समोरचे दृश्य

d]यापैकी काहीही नाही

116] जेव्हा सहाय्यक विमानांवर प्रक्षेपित केलेले दृश्य म्हणतात

a] सहायकदृश्य

b विभागीय दृश्य

c] समोरचे दृश्य

d] यापैकी काहीही नाही

117] वस्तूची अदृश्य वैशिष्ट्ये द्वारे दर्शविली जातात

a] बाह्यरेखा

b] साखळी रेषा

c] लपलेल्यारेषा

d] यापैकी काहीही नाही

118] साठी रेखांकनावर विभागीय दृश्याचे महत्त्व

अ] अंतर्गततपशील

b] बाह्य तपशील

c] उबविणे

d] यापैकी काहीही नाही

sectional views dr Sectional views

रेखाचित्र मध्ये विभागीय दृश्ये

119] घटक सरळ कटिंग प्लेनद्वारे कापला जातो दोन भागांमध्ये विभागला जातो

अ] अर्धा भाग

b] पूर्णविभाग

c] ऑफसेट विभाग

d] काढलेला विभाग

120] विभाग ओळ दोन भिन्न भाग आहे (तुकडे] संपर्कात बुडणे आवश्यक आहे ...

a] समान दिशा

b] विरुद्धदिशा

c] समांतर दिशा

d] यापैकी काहीही नाही

121] जेव्हा या प्लेटसाठी क्षेत्रफळ अगदी लहान भागामध्ये विभागायचे असेल आणि विभागात काळे केलेले संरचनात्मक सदस्य वापरले जाऊ शकतात. पेक्षा कमी नसलेली जागा

a] 0.07 मिमी

b] 0.7 मिमी

c] 0.05 मिमी

ड] 0.5 मिमी

122] बहुभुजाच्या अंतर्गत कोनांची बेरीज समान आहे

a] (2*n-4]*कटकोन

b] (2*n] *कटकोन-4

c] (2*4-n]*कटकोन

d] (2-4*n]*कटकोन

123] एक मायक्रॉन म्हणजे .... मिमी

अ] ०.००१

b] 1000

c] ०.०१

ड] ०.१

124] पृष्ठभागाचा विकास आवश्यक आहे.....

a] फाउंड्री दुकान

b] शीटमेटलकाम

c] फिटिंगचे दुकान

d] यापैकी काहीही नाही

development of surfaces drawing13

devlopment of surfaces

रेखांकनामध्ये पृष्ठभागांचा विकास

125] संक्रमणाच्या तुकड्यात विकासाची कोणती पद्धत वापरली जाते?
a] समांतर रेषा पद्धत
b] रेडियल लाइन पद्धत
c] त्रिकोणीपद्धत
d] यापैकी काहीही नाही
126] आयसोमेट्रिक प्रोजेक्शन च्या प्रमाणात कमी केले आहे
a] √2:√3
b] √3:√2
c] 1:√2
d] यापैकीकाहीहीनाही
127] जेव्हा तीन युनिट्समध्ये मोजमाप आवश्यक असते तेव्हा स्केल वापरला जातो....
अ] पूर्ण प्रमाण
b] साधा स्केल
c] अर्धा स्केल
d] यापैकीकाहीहीनाही
128]आयसोमेट्रिक रेखांकन उत्पादनात मोठे आहे आयसोमेट्रिक प्रोजेक्शन बद्दल....
अ] 22.5%

b] <u>०.८१५</u>

c] 9/11

d] यापैकी काहीही नाही

129] गोलाकार भागांच्या गोलाचे आयसोमेट्रिक असताना....... वापरणे आवश्यक आहे.

अ] पूर्ण प्रमाण

b] <u>सममितीयलांबी</u>

c] खरी लांबी

ड] अर्धा स्केल

130] आयसोमेट्रिक स्केलने वर्तुळ काढल्यावर लंबवर्तुळाच्या प्रमुख अक्षाची लांबी ....

a] <u>खराव्यास</u>

b] सममितीय व्यास

c] आयसोमेट्रिक व्यास

d] यापैकी काहीही नाही

131] आयसोमेट्रिक व्ह्यूमध्ये ज्यामध्ये मोठ्या संख्येने नॉन-आयसोमेट्रिक रेषा असतात त्यामध्ये कोणती पद्धत वापरली जाते

a] बॉक्स पद्धत

b] ऑफ-सेट पद्धत

c] <u>समन्वयपद्धत</u>

ड] केंद्र लेआउट पद्धत

132] जेव्हा वस्तुच्या वास्तविक आकारापेक्षा लहान रेखाचित्र काढले जाते .....

अ] पूर्ण प्रमाण

b] विस्तारित स्केल

c] <u>प्रमाणकमीकरणे</u>

d] यापैकी काहीही नाही

133] जेव्हा e=1 वक्र म्हणतात.....

a] <u>पॅराबोला</u>

b] हायपरबोला

c] लंबवृत्त

d] यापैकी काहीही नाही

134]आयसोमेट्रिक ड्रॉइंगशी तुलना करा तिरकस प्रोजेक्शनचा फायदा आहे....

अ] <u>समोरचाचेहराखऱ्याआकारातआहे</u>

b] दोन अक्ष नेहमी एकमेकांना लंब असतात

c] घसरणारा अक्ष काही सोयीस्कर कोनात घेतला जातो

d] यापैकी काहीही नाही

135]सर्व मागे जाणाऱ्या कडांची खरी लांबी काढल्यास तिरकस प्रक्षेपणाला... असे म्हणतात.

a] cavilier प्रोजेक्शन

b] कॅबिनेट प्रोजेक्शन

c] सामान्य प्रक्षेपण

d] यापैकी काहीही नाही

136] बिंदू बांधण्यासारख्या मोठ्या वस्तूची उंची सहसा ..... घेतली जाते.

a] 0.8 मिमी

b] 1.2 मिमी

c] 1.8 मिमी

ड] 1.5 मिमी

137] मध्यवर्ती विमान हे काल्पनिक उभ्या विमानातून जाते....

अ] पी. पी

b] HL

c] GP

d] CP

138] जेव्हा वस्तू PP ला समांतर असते तेव्हा दृष्टीकोन म्हणतात......

a] एकमुद्दा

b] दोन बिंदू

c] तीन बिंदू

d] यापैकी काहीही नाही

139] चित्राच्या विमानातून स्टेशन पॉईंटमधून काढलेली रेषा असेल ....

a] PA

b] HL

c] GL

ड] सी

140] चित्राच्या विमानापासून स्टेशन पॉईंटचे अंतर.....

अ] कमाल. ऑब्जेक्टचा व्यास

b] कमालदुप्पट. ऑब्जेक्टचाव्यास

c] अर्धा कमाल. ऑब्जेक्टचा व्यास

d] यापैकी काहीही नाही

141] षटकोनी समतल सममितीय दृश्यात षटकोनीच्या सर्व बाजू ..... आहेत.

अ] समान लांबी

b] असमानलांबी

c] यापैकी नाही

hexagonal plane drawing6 dr Hexagonal plane

रेखाचित्र मध्ये षटकोनी विमान

142] जेव्हा सर्व चेहरे समान आणि नियमित असतात तेव्हा पॉलीहेड्रॉन म्हणतात....

a] नियमित

b] prisms

c] अनियमित

ड] पिरॅमिड

polyhedron drawing1 dr Polygon polyhedron

रेखाचित्र मध्ये पॉलिहेड्रॉन

143] तिरकस प्रिझम आणि पिरॅमिडमध्ये ...... आहे

अ] पायाला लंब असलेला अक्ष

b] बेसकडेझुकलेलाअक्ष

c] एचपीकडे झुकलेले चेहरे

d] यापैकी काहीही नाही

144] Icosahedrons चे समभुज त्रिकोणी चेहरे असतात

अ] १२

ब] ८

c] २०

ड] ६

145] जेव्हा पिरॅमिड किंवा शंकू त्याच्या पायथ्याशी समांतर विमानाने कापला जातो तेव्हा त्याला म्हणतात.....

a] पिरॅमिड

b] कार्ट केलेले

c] frustum

d] यापैकी काहीही नाही

146] जे विमान दोन्ही संदर्भ समतलाकडे झुकलेले असते त्यांना ...... म्हणतात.

a] तिरकसविमान

b] लंब समतल

c] कलते विमान

d] यापैकी काहीही नाही

147] जेव्हा HP ला समांतर आणि VP ला लंब असते तेव्हा ट्रेस लाईन असते.....

a] VT

b] HT

c] ट्रेस नाही

ड] व्हीटी आणि एचटी

148] जेव्हा एखादी रेषा VP ला समांतर असते आणि HP कडे कलते तेव्हा रेषेची खरी लांबी.....

a] समोरचेदृश्य

b] शीर्ष दृश्य

c] बाजूचे दृश्य

d] यापैकी काहीही नाही

149] जेव्हा बिंदू समोरच्या चौकोनात स्थित असतो

a] HP च्या वर आणि VP च्या समोर

b] HP च्याखालीआणि VP च्यासमोर

c] VP च्या मागे आणि HP च्या वर

d] HP च्या खाली आणि VP च्या मागे

150] बिंदू "b" चा चतुर्थांश HP वर 15 मिमी आणि VP च्या मागे 25 मिमी आहे ते शोधा

a] मी st

b] III रा

c] IIII व्या

d] II nd

151] पहिल्या कोनाच्या प्रक्षेपणात समोरचे दृश्य आहे ......

अ] <u>शीर्षदृश्याच्यावर</u>
b] वरच्या दृश्याच्या खाली
c] बाजूच्या दृश्याच्या वर
d] बाजूच्या दृश्याच्या खाली

orthographic

First Angle projection5 projection

रेखांकनामध्ये प्रथम कोन प्रक्षेपण पद्धत

152] ऑर्थोग्राफिक प्रोजेक्शनमध्ये प्रोजेक्टर .... असतात.
a] विमानाला समांतर
b] <u>समतलालालंब</u>
c] विमानाकडे कललेला
d] यापैकी काहीही नाही

153] LHSV म्हणजे........
a] बाजूच्या दृश्याची लांबी
b] डाव्या हाताचे दृश्य
c] उजव्या हाताचे दृश्य
ड] <u>डाव्याबाजूचेदृश्य</u>

154] निरीक्षक आणि प्रक्षेपणाचे समतल यांच्यातील ऑब्जेक्ट रेषा ...... आहे.
a] 3 राकोन
b] <u>1 लाकोन</u>
c] 4 थाकोन
d] 2 राकोन

155] तिसऱ्या कोन प्रक्षेपणात प्रक्षेपणाचे समतल ...... असे गृहीत धरले जाते.
a] पारदर्शक नसलेले
b] चतुर्थांश
c] <u>पारदर्शक</u>
d] डिहेड्रल कोन

156] तिसऱ्या कोनातील प्रोजेक्शन वरचे दृश्य नेहमी चालू असते......

अ] <u>वरीलसमोरचेदृश्य</u>

b] वरचे दृश्य

c] समोरच्या दृश्याच्या खाली

d] बाजूच्या दृश्याच्या खाली

157] चार चतुर्भुज ज्यांना ...... असे म्हटले जाऊ शकते.

a] घड्याळाच्या उलट दिशेने

b] पहिला आणि तिसरा कोन

c] <u>डिहेड्रलकोन</u>

d] यापैकी काहीही नाही

158] पहिल्या कोन प्रक्षेपण पद्धतीमध्ये डावीकडून दिसणारे दृश्य ..... वर ठेवले जाते.

a] समोरच्या दृश्याच्या डावीकडे

b] <u>समोरच्यादृश्याचाउजवा</u>

c] वरच्या दृश्याच्या वर

d] समोरच्या दृश्याच्या खाली

159] A2 कागदाचा आकार ..... आहे.

अ] २९७*४२०

b] ५९४*८४१

c] <u>४२०*५९४</u>

ड] 210*297

160] बोर्डच्या ज्या काठावर 'T' चौकोन sli9ding असतो त्याला ...... म्हणतात.

a] सरळ धार

b] <u>कार्यरतधार</u>

c] छिन्नी धार

d] यापैकी काहीही नाही

161] BIS ने शिफारस केल्यानुसार टायटल ब्लॉकचा आकार. आहे.....

अ] <u>१८५*६५</u>

b] 150*50

c] 170*65

d] यापैकी काहीही नाही

162] A2 आकाराच्या शीटसाठी BIS ने लांबी आणि रुंदीच्या बाजूने सुचवलेल्या झोनची संख्या......

अ] १२,८

ब] 16,12

c] ८,६

d] यापैकी काहीही नाही

163] रेखाचित्र पत्रक इतके दुमडलेले आहे की...... नेहमी शीर्षस्थानी असते.

a] रेखाचित्र

b] अक्षरे

c] शीर्षक ब्लॉक

d] यापैकी काहीही नाही

164] फ्री हँड स्केचिंगमध्ये आडव्या रेषा ...... पासून रेखाटल्या जातात.

a] उजवीकडून डावीकडे

b] वर ते खाली

c] डावीकडून उजवीकडे

d] यापैकी काहीही नाही

165] जेव्हा ड्रॉइंग वस्तुच्या वास्तविक आकारापेक्षा लहान असते

a] वाढणारी स्केल

b] प्रमाण कमी करणे

c] पूर्ण प्रमाण

d] यापैकी काहीही नाही

166] रेखांकनावर दर्शविलेल्या वस्तुच्या लांबीच्या वस्तुच्या वास्तविक लांबीच्या गुणोत्तराला ...... म्हणतात.

अ] पूर्ण प्रमाण

b] RF

c] अर्धा स्केल

d] साधा स्केल

167] जेव्हा तीन युनिटमध्ये मोजमाप आवश्यक असते तेव्हा स्केल वापरला जातो.....

अ] पूर्ण प्रमाण

b] अर्धा स्केल

c] साधा स्केल

d] यापैकी काहीही नाही

168] प्रोटॅक्टर उपलब्ध नसताना जीवा स्केल वापरला जातो ......

a] लांबी मोजा

b] कोन मोजा

c] मोजण्याचे प्रमाण

d] यापैकी काहीही नाही

169] व्हर्नियर कॅलिपरची सर्वात कमी गणना .... आहे.

अ] ०.००१

b] ०.०२

c] ०.००१

ड] ०.०००२

170] एक अतिशय लहान एकक अतिशय अचूकतेने वाचण्यासाठी कोणता स्केल वापरला जातो?

a] साधा स्केल

b] कर्णस्केल

c] जीवाचे प्रमाण

ड] व्हर्नियर स्केल

171] RF एकापेक्षा मोठा आहे (1] स्केल ...... आहे.

a] साधा स्केल

b] कर्ण स्केल

c] विस्तारितस्केल

ड] प्रमाण कमी करणे

172] एक प्राथमिक भागाकार आणि एक व्हर्नियर भागाकार यातील फरकाला...... म्हणतात.

अ] किमानमोजणी

b] प्राथमिक स्केल

c] व्हर्नियर स्केल

ड] आरएफ

173] एक मायक्रॉन म्हणजे मिमी मध्ये........

a] 1000 मिमी

b] 0.001 मिमी

c] 0.01 मिमी

d] 100 मिमी

174] लगतच्या धाग्याच्या दोन बाजूंना जोडणाऱ्या वरच्या पृष्ठभागाला म्हणतात

अ] क्रेस्ट

ब] मूळ

क] पार्श्वभाग

D] धागा हा कोन आहे

175] ISO मेट्रिक थ्रेडचा समाविष्ट कोन -------- आहे.

अ] 27 1 /2°

ब] ३०°

C] 55°

<u>ड] ६०°</u>

176] खालीलपैकी कोणत्या स्क्रू थ्रेड फॉर्ममध्ये थ्रेड्सच्या फ्लँक्समध्ये 55° कोन समाविष्ट आहे?

<u>अ] बीएधागा</u>

ब] एक्मे धागा

क] बट्रेस धागे

ड] पोर धागा

177] खालीलपैकी कोणते फक्त धाग्याचे योग्य स्वरूप पूर्ण करण्यासाठी आणि राखण्यासाठी वापरले जाते?

<u>एकनळ</u>

ब] थ्रेडिंग साधन

क] थ्रेडिंग चेझर

ड] टिपलेले साधन

tap and die1 Tap Die

डाय टॅप करा

178] कोन 0f lS धागा (V आकाराचा] ---------- आहे

अ] २९°

ब] ४७ १/४°

C] 50°

<u>ड] 60</u>

179] खालीलपैकी कोणत्या पद्धतीमध्ये फक्त बाह्य धागे तयार केले जातात -------

अ] फॉर्म टूल mEthOd

ब] कंपाऊंड विश्रांती पद्धत

<u>क] टेलस्टॉकऑफसेटपद्धत</u>

ड] टेपर टर्निंग संलग्नक पद्धत.

180] शिखा आणि धाग्याच्या मुळाशी जोडणारा पृष्ठभाग ---- म्हणून ओळखला जातो.

<u>अ] पार्श्वभाग</u>

ब] शंक

क] खेळपट्टीचा पृष्ठभाग

ड] या सर्व

181] दोन स्टार्ट थ्रेडची पिच 4 मिमी आहे. मग थ्रेडची लीड ----- यांनी दिली आहे.

अ] 4 मि.मी

ब] 2 मि.मी

क] 8 मि.मी

ड] 6 मि.मी

182] सिंगल पॉइंट कटिंग टूल वापरून लीड स्क्रू पिच असलेल्या लेथवर 2.5 मिमीचा स्क्रू थ्रेड कापण्यासाठी आवश्यक गियर प्रमाण ---- आहे.

अ] १:२

ब] २:१

C] 1:1 मिमी

183] समीप थ्रेडच्या दोन बाजूंना जोडणारा तळाचा पृष्ठभाग (बाह्य धागा] आहे...

अ] पार्श्वभाग

ब] मूळ

क] क्रेस्ट

ड] खेळपट्टी

184] सुतार वाइसमध्ये वापरल्या जाणाऱ्या धाग्याचे स्वरूप आहे...

अ] चौकोन

ब] एक्मे धागा

क] सावटूथधागा

ड] पोर धागा

185] पाईप थ्रेडचा कोन काय आहे?

अ] ६०°

ब] ४७'/२°

C] 29°

ड] ५५°.

186] पाईप धाग्याचा उपयोग काय?

अ] प्रक्षेपण

ब] दबाव राखणे

क] हवाबंद जोडणी

D] वरीलपैकी काहीही नाही.

187] 2" पाईप धाग्याची खोली किती आहे?

अ] ०.५"

ब] ०.६४०“

C] ०.३३५"

डी] ०.५८०".

188] बाहेरील धागा रॉड किंवा पाईपवर, डाय आणि कटिंग टूलद्वारे प्रदान करतात ...... म्हणतात.

टॅपिंग _

(गो.] मरणे

(क.] थ्रेडिंग

(ड.] खोबणी

189] बोल्ट आणि थ्रेड्सचे नुकसान होण्यापासून संरक्षण करण्यासाठी वापरले जाते.

अ] डोनाल्ड कॅप नट

ब] अंगठा नट

क] षटकोनी नट

ड] विंग-नट

190] जेथे वारंवार काढणे आणि निराकरण करणे आवश्यक आहे तेथे वापरले जाते.

अ] डोनाल्ड कॅप नट

ब] अंगठा नट

क] षटकोनी नट

ड] विंग-नट

191] मशीन बिल्डिंग आणि स्ट्रक्चरच्या कामात वापरली जाते.

अ] डोनाल्ड कॅप नट

ब] अंगठा नट

क] षटकोनी नट

ड] विंग-नट

192] जेथे वारंवार समायोजन करावे लागते तेथे वापरले जाते.

अ] डोनाल्ड कॅप नट

ब] अंगठा नट

क] षटकोनी नट

ड] विंग-नट

193] नट मध्ये नायलॉन घालणे सैल होण्यापासून प्रतिबंधित करते.

अ] लॉकिंग प्लेट

ब] वायर लॉक

क] स्व-लॉकिंग नट

ड] करवतीचे नट

194] नटच्या अर्ध्या भागात एक स्लॉट कापला जातो.

अ] लॉकिंग प्लेट

ब] वायर लॉक

क] स्व-लॉकिंग नट

ड] <u>करवतीचे नट</u>

195] दोन बोल्टचे ढिले होण्यास प्रतिबंध करते.

अ] लॉकिंग प्लेट

ब] <u>वायर लॉक</u>

क] स्व-लॉकिंग नट

ड] करवतीचे नट

196] वरच्या नट फिरणे प्रतिबंधित करते.

अ] <u>लॉक-नट</u>

ब] खोबणीचे नट

क] स्व-लॉकिंग नट

ड] करवतीचे नट

197] नट बसविण्यासाठी प्लेटच्या आकाराचा वापर करून नट सैल होण्यापासून प्रतिबंधित करते.

अ] <u>लॉकिंग प्लेट</u>

ब] वायर लॉक

क] स्व-लॉकिंग नट

ड] करवतीचे नट

198] षटकोनी नट सह खालचा भाग दंडगोलाकार आणि recessed खोबणी केली.

अ] लॉक-नट

ब] <u>खोबणीचे नट</u>

क] स्व-लॉकिंग नट

ड] करवतीचे नट

199] अंतर भरणे» मशीनच्या तळाशी आणि मजल्याच्या वरच्या बाजूस किंवा फाउंडेशन ब्लॉकच्या दरम्यान असावे.

अ] लाकडी रूपे

ब] फाउंडेशन बोल्ट

क] <u>ग्राउटिंग</u>

ड] साचा

200] काँक्रीट ओतल्यावर कोणतीही हालचाल टाळण्यासाठी वापरले जाते.

अ] <u>लाकडी रूपे</u>

ब] फाउंडेशन बोल्ट

क] ग्राउटिंग

ड] साचा

201] मशीनला हलवण्यापासून रोखण्यासाठी पायावर घट्ट धरून ठेवण्यासाठी वापरले जाते.

अ] लाकडी रूपे

ब] फाउंडेशन बोल्ट

क] ग्राउटिंग

ड] साचा

202] लाकडी नमुने जे मशीनच्या पायाचे प्रतिनिधित्व करतात आणि उत्खननात बोल्टला आधार देतात.

अ] लाकडी रूपे

ब] फाउंडेशन बोल्ट

क] ग्राउटिंग

D] साचा

203] हे उत्खननात ठेवल्यानंतर काँक्रीटचा दाब सहन करण्यासाठी बाहेरून घट्ट बांधलेले असते.

अ] लाकडी रूपे

ब] फाउंडेशन बोल्ट

क] ग्राउटिंग

ड] साचा

204] मशीनची पातळी तपासण्यासाठी वापरला जातो

अ] कावळा

ब] आत्म्याचा स्तर

क] लेव्हलिंग जॅक

ड] पाचर

205] लॅप फिलेट जॉइंटला उभ्या स्थितीत वायूद्वारे वेल्डिंगसाठी वेल्डच्या रेषेला खालील पाईपचा कोन किती असावा?

अ] 30◦ ते 40◦

ब] 45◦ ते 50◦

क] 60◦ ते 70◦

ड] 75◦ ते 80◦

206] गॅस वेल्डिंगसाठी फ्लक्सची निवड खालीलपैकी कोणत्या घटकांवर अवलंबून असते?

अ] सामीलहोण्यासाठीसामग्रीचाप्रकार

ब] धार प्रवेशाचा प्रकार

C] इंधन वायूचा प्रकार

ड] ज्वालाचा प्रकार वापरला

207] 4 मिमी जाड कॉपर बट जॉइंट गॅस वेल्डिंगसाठी धार तयार करण्याचा प्रकार आहे...

अ] सिंगल बेवेल

B] एकल V

क] दुहेरी व्ही

ड] चौरस

208] गॅस वेल्ड करण्यासाठी वापरल्या जाणाऱ्या नोजलचा आकार 3.15 मिमी जाड अॅल्युमिनियम बट जॉइंट आहे ...

अ] १३

ब] १०

क] ७

ड] 5

209] कास्ट आयर्न वेल्डिंगसाठी सिंगल वीच्या वी ग्रूव्हचा कोन परंतु संयुक्त ...

अ] 60◦

ब] 70◦

क] 80◦

ड] 90◦

210] खूप कमी टॉर्क प्रसारित करण्यासाठी.

अ] पंखाची कळ

ब] गिब हेड की

क] वुड्रफ की

ड] खोगीर की

211] कीचे प्रोफाइल शाफ्ट कमकुवत करते.

अ] पंखाची कळ

ब] गिब हेड की

क] वुड्रफ की

ड] खोगीर की

212] दिशाहीन टॉर्क प्रसारित करण्यासाठी.

अ] पंखाची कळ

ब] गिब हेड की

क] वुड्रफ की

ड] खोगीर की

213] जड टॉर्क प्रसारित करण्यासाठी.

अ] पंखाची कळ

ब] <u>गिब हेड की</u>

क] वुड्रफ की

ड] खोगीर की

रोटेशनच्या दोन्ही दिशांमध्ये आघात प्रकाराचा अतिशय उच्च टॉर्क प्रसारित करण्यासाठी .

अ] गिब हेड की

ब] वुड्रफ की

क] खोगीर की

ड] <u>स्पर्शिक की</u>

215] शाफ्टवरील चटईचा भाग सरकता किंवा अक्षीय हालचाली करण्यास परवानगी देते.

अ] <u>पंखाची कळ</u>

ब] गिब हेड की

क] वुड्रफ की

ड] खोगीर की

216] सहज काढता येते.

अ] पंखाची कळ

ब] <u>गिब हेड की</u>

क] वुड्रफ की

ड] खोगीर की

217] Gl पाईप्स बाहेरून दिले जातात

अ] कोणतेही धागे नाहीत

ब] <u>समांतर धागे</u>

क] टॅपर्ड धागे

D] समांतर किंवा टॅपर्ड धागे नाहीत.

218] पाईप असेंबलीमध्ये, भांग पॅकिंग वापरले जाते

अ] सुलभ प्रतिबद्धतेसाठी

ब] धाग्यांमधील अंतर भरण्यासाठी

क] <u>गळती टाळण्यासाठी</u>

ड] घट्ट फिटिंग मिळवण्यासाठी.

219] पाईपच्या धाग्यांवर सीलिंग कंपाऊंड लावावे

अ] भांग पॅकिंग करण्यापूर्वी

ब] भांग पॅकिंग नंतर

सी] तात्पुरते पॅकिंग करण्यापूर्वी आणि नंतर

D] वरीलपैकी काहीही नाही.

220] चिन्हांकित टाळण्यासाठी तयार केलेल्या ट्यूबलर रेंच पृष्ठभागांवर वापरले जाते.

एक स्टिलसन पाईप

ब] चेन रिंच

क] पट्टा पाना

ड] फूटप्रिंट रेंच

221] बंदिस्त ठिकाणी पाईप्स आणि गोलाकार साठा पकडण्यासाठी आणि फिरवण्यासाठी वापरला जातो.

अ] स्टिलसन पाईप

ब] चेन रिंच

क] पट्टा पाना

ड] फूटप्रिंट रेंच

222] iarge व्यासाचे पाईप्स ठेवण्यासाठी वापरले जाते.

अ] स्टिलसन पाईप

ब] चेन रिंच

क] पट्टा पाना

ड] फूटप्रिंट रेंच

223] पाईप्स, नळ्या आणि सिलेंडरी रॉड पकडण्यासाठी आणि वळवण्यासाठी वापरला जातो.

अ] स्टिलसन पाईप

ब] चेन रिंच

क] पट्टा पाना

ड] फूटप्रिंट रेंच

224] दोरी लहान पाईप किंवा रिमला सुरक्षित करते.

अ] स्लिप गाठ

ब] बॉललाइन गाठ

क] चौकोनी गाठ

ड] मेंढीची टांगणीची गाठ .

225] ते दुमडून कोणत्याही ठिकाणी नेले जाऊ शकते. द्रुत रिलीझिंग प्रकार पाईप वाइस प्रमाणेच.

एक <u>पोर्टेबल फोल्डिंग पाईप वाइस</u>

ब] साखळी पाईप वाइस

क] पाईप वाइस

ड] वरीलपैकी नाही

226] 63 मिमी ते 200 मिमी व्यासापेक्षा जास्त पाईप्स ठेवण्यासाठी वापरला जातो.

अ] पोर्टेबल फोल्डिंग पाईप वाइस

ब] <u>साखळी पाईप वाइस</u>

क] पाईप वाइस

D] वरीलपैकी काहीही नाही

227] पाईप जलद धरण्यासाठी आणि शोधण्यासाठी वापरले जाते. 63 मिमी व्यासापर्यंत पाईप्स ठेवण्यासाठी वापरले जाते.

अ] पोर्टेबल फोल्डिंग पाईप वाइस

ब] साखळी पाईप वाइस

क] <u>पाईप वाइस</u>

ड] वरीलपैकी नाही

228] 90° चे विचलन प्रदान करते

अ] प्लग

ब] <u>कोपर</u>

क] वाकणे

ड] रेड्यूसर 'टी' ब्रँकझ

229] काटकोनात लांब त्रिज्येसह दिशा बदल प्रदान करते.

अ] प्लग

ब] कोपर

क] <u>वाकणे</u>

ड] रेड्यूसर 'टी' ब्रँकझ

230] अंतर्गत धागा असलेली ओळ बंद करण्यासाठी वापरली जाते.

अ] <u>प्लग</u>

ब] कोपर

क] वाकणे

ड] रेड्यूसर 'टी' ब्रँकझ

231] '45° चे विचलन प्रदान करते

अ] वाकणे

ब] रेड्युसर 'टी' ब्रँकझ

क] <u>कोपर</u>

ड] टी तुकडा

232] धावण्यासाठी काटकोनात आउटलेट प्रदान करते.

अ] वाकणे

ब] रेड्युसर 'टी' ब्रँकझ

क] कोपर

ड] टी तुकडा

233] पाईप व्यासामध्ये बदल आवश्यक असल्यास वापरला जातो.

अ] वाकणे

ब] रेड्युसर 'टी' ब्रँकझ

क] कोपर

ड] टी तुकडा

234] पूर्वीची निवड यावर अवलंबून असते

अ] पाईपचा बाहेरील व्यास

ब] पाईपची भिंत जाडी

क] पाईपचा बोर व्यास

ड] वरील सर्व.

235] वाकण्यासाठी शाखा प्रकारच्या हाताने चालणारे पाईप बेंडिंग मशीन वापरले जाते

अ] पीव्हीसीपाईप्स

ब] ऑनड्युट पाईप्स

C] GIpipes

ड] तांबे पाईप्स.

236] हायड्रोलिक पाईप बेंडिंग मशीनचे आतील फॉर्मर्स व्यासापर्यंत पाईप्स वाकवू शकतात.

अ] 40 मि.मी

B] 100 मिमी

क] 20 मि.मी

ड] 75 मिमी

237] जाड प्लेट्स शीट्स जोडण्यासाठी rivets.

अ] काउंटरस्कंक हेड

ब] सपाट डोके

क] पॅन डोके

ड] मशरूम

238] शीट मेटल जोडण्यासाठी रिवेट्स.

अ] काउंटरस्कंक हेड

ब] <u>सपाट डोके</u>
क] पॅन डोके
ड] मशरूम
239] हेवी फॅब्रिकेशन कामासाठी रिवेट्स.
अ] काउंटरस्कंक हेड
ब] सपाट डोके
क] <u>पॅन डोके</u>
ड] मशरूम
240] साठी रिवेट्स मेटा\ पृष्ठभागावरील रिव्हेटच्या डोक्याची उंची कमी करते
अ] काउंटरस्कंक हेड
ब] सपाट डोके
क] पॅन डोके
ड] <u>मशरूम</u>
241] सामान्यतः संरचनात्मक कामासाठी वापरल्या जाणार्‍या रिवेट्स.
अ] काउंटरस्कंक हेड
ब] सपाट डोके
क] पॅन डोके
ड] <u>स्नॅप डोके</u>
242] स्लॉटची रुंदी मोजण्यासाठी कॅलिपर म्हणजे...
अ] विषम पाय कॅलिपर
ब] बाहेरील कॅलिपर
C] जेनी कॅलिपर
ड] <u>कॅलिपरच्याआत</u>

<u>caliper</u> <u>hand tools</u>

कॅलिपर

243] विभाजकांचा आकार ------- द्वारे निर्दिष्ट केला जातो.
अ] पायांची एकूण लांबी
ब] पूर्णपणे उघडल्यावर बिंदूमधील अंतर
क] बिंदू नसलेल्या पायांची लांबी

D] पिव्होटआणिबिंदूमधीलअंतर

244] समांतर रेषा चिन्हांकित करण्यासाठी वापरण्यात येणारे साधन, डेटाम एजला समांतर आहे -

अ] जेनीकॅलिपर

ब] विभाजक

क] बाहेरील कॉलीपर

ड] कॅलिपरच्या आत

245] खालीलपैकी कोणते एक अप्रत्यक्ष मोजण्याचे साधन आहे?

अ] बाहेरीलकॅलिपर

ब] व्हर्नियर कॅलिपर

क] पोलादी नियम

ड] बाहेरील मायक्रोमीटर

246] पातळ नळ्या कापण्यासाठी, हॅकसॉ ब्लेडची सर्वात योग्य पिच आहे...

अ] 1.8 मिमी

ब] 1.4 मिमी

क] 1 मि.मी

ड] 0.8 मि.मी

247] ठोस पितळ कापण्यासाठी, हॅकसॉ ब्लेडची सर्वात योग्य खेळपट्टी आहे...

अ] 1.8 मिमी

ब] 1.4 मिमी

क] 1 मि.मी

ड] 0.8 मि.मी

248] काही स्ट्रोक नंतर एक नवीन हॅकसॉ ब्लेड मुळे सैल होते ...

अ] ब्लेडचेताणणे

ब] विंग-नट धागे जीर्ण होत आहेत

क] ब्लेडची चुकीची खेळपट्टी

ड] करवतीच्या संचाची अयोग्य निवड.

hacksaw Hacksaw Frame Blade

हॅकसॉ फ्रेम

249] लहान व्यासाचे पाईप्स कापताना, नियमितपणे पाहणे आणि याची खात्री करणे उचित आहे ...

अ] कट वक्र रेषेच्या बाजूने आहे

ब] <u>अधिककरवतीचेदातआकुंचनपावलेआहेत</u>

क] काम जास्त तापलेले नाही

ड] हॅकसॉचे योग्य संतुलन राखले जाते

250] व्हाइस क्लॅम्पचा वापर यासाठी केला जातो...

अ] कठीण जबड्याचे रक्षण करा

ब] कामाचे तुकडे कडकपणे घट्ट करा

क] <u>तयारपृष्ठभागसंरक्षितकरा</u>

ड] जंगम जबडा दाखल होण्यास प्रतिबंध करा

251] चिन्हांकित करताना संदर्भ पृष्ठभाग प्रदान केला जातो ...

अ] पृष्ठभाग मापक

ब] वर्कपीस

क] कामाचे रेखाचित्र

D] <u>मार्किंगटेबलपृष्ठभाग</u>

252] अभियंत्याच्या वाइसचा आकार द्वारे निर्दिष्ट केला जातो ...

अ] जंगम जबड्याची लांबी

ब] <u>जबड्याचीरुंदी</u>

क] दुर्गुणाची उंची

ड] जबडा जास्तीत जास्त उघडणे

253] सार्वत्रिक पृष्ठभाग गेजचा भाग जो डेटाम काठावर समांतर रेषा काढण्यास मदत करतो.

अ] रॉकर हात

ब] स्नग

क] बारीक समायोजन स्क्रू

D] <u>मार्गदर्शकपिन</u>

universal surface gauge

Surface Gauge

युनिव्हर्सल पृष्ठभाग गेज

254] स्क्राइबर बनलेले आहेत ...
अ] सौम्य पोलाद
ब] उच्चकार्बनस्टील
क] पितळ
ड] कास्ट लोह

255] हँडल फिक्स करण्यासाठी वापरल्या जाणार्‍या हातोड्याचा भाग...
चेहरा
ब] पेन
क] गाल
ड] डोळाछिद्र

hammer

Hammers

हातोडा

256] चिन्हांकित करण्याच्या हेतूने हातोड्याचे वजन आहे ...
अ] 250 ग्रॅम
ब] ५०० ग्रॅम
क] १ किग्रॅ

ड] 2 किग्रॅ

257] डिव्हायडरचा आकार...

अ] पायांची एकूण लांबी

ब] पूर्णपणे उघडल्यावर बिंदूमधील अंतर

क] बिंदूशिवाय पायांची लांबी

D] पिव्होटआणिबिंदूमधीलअंतर

258] 'V' ब्लॉकच्या खोबणीचा अंतर्भूत कोन नेहमीच असतो....

अ] ४५०

ब] ६०◦

क] ९०◦

ड] 120◦

259] 'V' ब्लॉक्सच्या ग्रेडमध्ये उपलब्ध आहेत...

अ] अआणिब

ब] अ, ब आणि क

क] १,२ आणि ३

ड] १ आणि २

260] 'B' ग्रेडचे 'V' ब्लॉक बनलेले आहेत

अ] कास्टलोह

ब] सौम्य पोलाद

क] पोलाद

ड] कास्ट स्टील

261] कैंद्र शोधण्यासाठी वापरल्या जाणाऱ्या पंचाचे नाव सांगा.

अ] प्रिक पंच ३०°

ब] प्रिक पंच ६०°

क] कैंद्रपंच

ड] डॉट पंच

262] कैंद्र पंचाचा बिंदू कोन -------- आहे.

अ] ३०°

ब] ५०°

c] 900

ड] 1200

Centre punch 1 Punches

मध्यभागी पंच

263] पंचांचा वापर --------- कोणत्याही आकाराचा बनवण्यासाठी केला जातो

अ] छिद्र

ब] खाण

C] Knurling

ड] रीमिंग

264] साधारणपणे वाइसच्या हँडलची लांबी ---------- असते.

अ] वाइसच्या सामान्य आकाराच्या 1.5 पट

ब] वाइसच्यासामान्यआकाराच्या 2.5 पट

क] वाइसच्या सामान्य आकाराच्या 3.5 पट

ड] वाइसच्या सामान्य आकाराच्या 4.5 पट

265] बेंच वाइस स्पिंडल .... चे बनलेले असते.

अ] सौम्यपोलाद

ब] कास्ट लोह

क] साधन स्टील

ड] कांस्य

bench vice Bench Vice

खंडपीठ उपाध्यक्ष

266] फाइल्सची उत्तलता मदत करते...

अ] अवतल पृष्ठभाग फाइल करण्यासाठी

ब] बहिर्वक्र पृष्ठभाग फाइल करण्यासाठी

क] कामाच्याकडागोलाकारटाळण्यासाठी

D] दाब लागू झाल्यावर सरळ होणारी फाईल

267] लाकूड, चामडे आणि इतर मऊ साहित्य भरण्यासाठी कोणती फाईल वापरली जाते? .

अ] सिंगल कट फाइल

ब] डबल कट फाइल

c] रास्पकटफाइल

ड] वक्र कट फाइल

268] वापरलेली फाईल ------------ साठी वापरली जाते.

अ] कामाचा तुकडा साफ करणे

क] फाईलचे दात नूतनीकरण करणे

ब] फाईलचेदातसाफकरणे

ड] चिप्स साफ करणे

files 1 Files

फाईल्स

269] फाइल कार्ड -------- यासाठी वापरले जाते.

अ] कामाचा तुकडा स्वच्छ करा

C] फाईलचे दात नूतनीकरण करा

ब] फाईलचेदातस्वच्छकरा

270] लेखकाचा बिंदू कोन ----------- आहे.

अ] ३०°

ब] ६०°

C] 5° ते 10°

D] 12° ते 15°

271] कास्ट आयर्नला चिपण्यासाठी कटिंग अँगल आहे...

अ] ३७.५०

ब] 55०

क] 60◦

ड] 90◦

272] छिन्नी सामग्रीमध्ये खोदेल जेव्हा...

अ] रेक कोन अधिक आहे

ब] क्लिअरन्स कोन खूप कमी आहे

क] झुकावकोनअधिकआहे

ड] झुकाव कोन खूप कमी आहे

273] कटिंग एजला थोडासा बहिर्वक्रता दिला जातो...

अ] वक्र पृष्ठभाग कापून टाका

ब] टोकदार कोपरे कापून घ्या

क] टोकेखोदण्यासप्रतिबंधकरा

ड] वंगण आत येऊ द्या

274] सरफेस प्लेट्स बनलेल्या आहेत ...

अ] उच्च दर्जाचे कास्ट स्टील

ब] बारीककच्चालोह

क] मिश्र धातु स्टील्स

ड] लोह

275] पृष्ठभाग प्लेट्स त्यांच्या लांबी आणि रुंदीनुसार निर्दिष्ट केल्या जातात आणि मध्ये असतात

अ] डेसिमीटर

ब] घनमीटर

क] दंडगोलाकार

276] कोन प्लेटच्या मशीन नसलेल्या भागावर बरगड्या दिल्या जातात...

अ] सुलभ हाताळणी

ब] उत्पादनात सोय

C] मशीनवर सेट करताना क्लॅम्पिंग

ड] कडकपणाआणिविकृतीटाळण्यासाठी

277] अँगल प्लेटवरील स्लॉट यासाठी दिले आहेत...

अ] वजन कमी करणे

ब] काम संरेखित करणे

क] हुक वापरून उचलणे

D] सामावूनघेणारेबोल्ट.

278] कोन प्लेट्सचा आकार द्वारे दर्शविला जातो ...

अ] वजन

ब] लांबी

क] लांबी x रुंदी

ड] <u>आकारक्रमांक</u>

279] उत्पादनानुसार लेथचे किती प्रकार आहेत?

अ] दोन

ब] तीन

<u>क] चार</u>

ड] पाच

<u>lathe</u> <u>lathe machine</u>

<u>लेथमशीन</u>

280] सेंटर लेथचे किती प्रकार आहेत?

अ] दोन

ब] तीन

क] चार

<u>ड] पाच</u>

281] उत्पादन लेथचे किती प्रकार आहेत?

अ] <u>दोन</u>

ब] तीन

क] चार

ड] पाच

282] रोलर लेथ कोणत्या प्रकारचे लेथ आहे?

अ] बेंच लेथ

<u>ब] स्पेशललेथ</u>

क] उत्पादन लेथ

ड] सेंटर लेथ

283] मोठ्या प्रमाणात उत्पादनासाठी कोणते यंत्र वापरले जाते?

अ] सेंटर लेथ

<u>ब] उत्पादनलेथ</u>
क] स्पेशल लेथ
ड] इंजिन लेथ
284] अधिक अचूक कामासाठी कोणता लेथ वापरला जातो?
अ] सेंटर लेथ
ब] स्पेशल लेथ
क] उत्पादन लेथ
<u>ड] टूलरूमलेथ</u>
285] टूल रूम लेथची अचूकता आहे..] ते कॉम्पीअर सेंटर लेथ]
(अ] कमी
<u>(आ.] अधिक</u>
(क] खूप कमी
(ड .] समान
286] लोकोमोटिव्ह असेंबल व्हील विथ एक्सेल चालू आहे ......लेथ
(अ] केंद्र खराद
(B] टूल रूम लेथ
<u>(क.] चाकाचा लेथ</u>
(ड] गॅप बेड लेथ
287] विषम असमान जॉब वळणासाठी खालील कोणते सामान वापरले जाते?
(अ.] तीन जबडा चक
(आ.] दोन जबडा चक
(क] ड्रायव्हिंग प्लेट
<u>(डी] फेस प्लेट</u>

lathe chuck Lathe Chuck

लेथ तीन जबडा चक

288] अनियमित आकाराचा वर्क पीस लेथवर चालू केला जातो] खालीलपैकी कोणते काम होल्डिंग ऍक्सेसरीज वापरले जाते?

अ] दोन जबडा चक

ब] तीन जबडा चक

क] ड्रायव्हिंग प्लेट

<u>ड] फेसप्लेट</u>

289] स्थिर विश्रांतीचे पॅड बनलेले असतात

अ] कार्बन स्टील

ब] आघाडी

क] सौम्य स्टील

ड] <u>पितळ</u>

290] एक स्थिर विश्रांती वापरली जाते

अ] नोकरी धरण्यासाठी

ब] फेस प्लेट कामासाठी

क] नोकरी चालवणे

ड] <u>नोकरीलापाठिंबादेण्यासाठी</u>

291] वर एक अनुयायी स्थिर आहे

अ] लेथ बेड

ब] <u>लेथकॅरेज</u>

क] लेथ स्पिंडल

ड] टेलस्टॉक

292] लांब कामाचे तुकडे फिरवताना, खालील वापरतात

एक बाही

बी गियर बदला

<u>सी स्थिर विश्रांती</u>

डी कंस]

293] टॅपर शँक ड्रिल मशीनवर याद्वारे धरले जातात ...

अ] चक

<u>ब] बाही</u>

क] वाहून जाणे

ड] वाइस

294] ड्रिल चक्स ड्रिलिंग मशीनच्या स्पिंडलवर एका... द्वारे बसवले जातात.

अ] नर्ल्ड रिंग

<u>ब] आर्बर</u>

क] वाहून जाणे

ड] पिनियन आणि किल्ली

drilling drilling machine

ड्रिलिंग

295] ड्रिल्सवर दिलेला मोर्स टेपर...

A] MT 1 ते MT 5

ब] MT 1 ते MT 4

C] MT 0 ते MT 5

D] MT 0 ते MT 4

296] ड्रिफ्टचा वापर यासाठी केला जातो...

अ] ड्रिल स्थान काढणे

ब] मशीन स्पिंडलवर चक फिक्स करणे

क] कामातून तुटलेली ड्रिल काढणे

ड] मशीनस्पिंडलमधूनड्रिलकाढणे

297] जेव्हा ड्रिलचा टेपर शँक मशीनच्या स्पिंडलपेक्षा मोठा असतो, तेव्हा ड्रिल ठेवण्याचे साधन म्हणजे...

अ] ड्रिल स्लीव्ह

ब] टेपरसॉकेट

क] ड्रिल ड्रिफ्ट

ड] चक आणि कि

298] मायक्रोमीटरच्या बाहेरील मेट्रिकची अचूकता किंवा किमान गणना --------- आहे.

अ] 0-1 मिमी

ब] 0.01 मिमी

C] 0.001 मिमी

ड] 0.02 मिमी

micrometer2 Out Side Micrometer

मायक्रोमीटर

299] 1000 मायक्रॉन म्हणजे -----

अ] 1 मि.मी

<u>ब] १मी</u>

क] 1000 मिमी

ड] 10 सें.मी

300] मेट्रिक मायक्रोमीटरमध्ये, थिमल ॲडव्हान्सची संपूर्ण क्रांती -----------

अ] 0.01 मिमी

ब] 0.25 मिमी

<u>C] 0.50 मिमी</u>

ड] 100 मि.मी

301] मायक्रोमीटरमधील रॅचेट स्टॉप ------------ मदत करते.

<u>अ] दाबनियंत्रितकरा</u>

ब] स्पिंडल लॉक करा

C] शून्य त्रुटी समायोजित करा

ड] कामाचा तुकडा धरा

302] 1000 मायक्रॉन म्हणजे ------------

<u>अ] 1 मि.मी</u>

ब] १ मी

क] 1000 मिमी

D] 10 सेमी

303] मायक्रोमीटरच्या बाहेरील 50-75 मिमीचे शून्य वाचन किती आहे?

अ] 0000 मिमी

ब] 001 मिमी

क] 2500 मिमी

<u>ड] 5000 मिमी</u>

304] मायक्रोमीटरच्या बाहेरील मेट्रिकच्या स्लीव्हवरील सर्वात लहान भागाचे मूल्य ----- आहे.

A] 050 मिमी

ब] 100 मिमी

क] 150 मिमी

ड] 200 मिमी

305] मायक्रोमीटरमधील रॅचेट स्टॉप --------- मदत करते.

अ] दाबनियंत्रितकरा

ब] स्पिंडल लॉक करा

C] शून्य त्रुटी समायोजित करा

ड] कामाचा तुकडा धरा

306] डेप्थ मायक्रोमीटरचे ग्रॅज्युएशन आहेत...

अ] बाहेरील मायक्रोमीटर सारखे

ब] बाहेरीलमायक्रोमीटरच्याउलटदिशेने, थिंबलआणिस्लीव्हदोन्ही

क] फक्त स्लीव्हवर उलट दिशेने

ड] फक्त अंगठ्यावर दिशेने

Depth micrometer 1 Depth Micrometer

खोली मायक्रोमीटर

307] व्हर्नियर कॅलिपरची सर्वात कमी संख्या आहे (मुख्य स्केल = 49 विभाग, व्हर्नियर स्केल = 50 विभाग]

अ] 0.1 मिमी

ब] 0.01 मिमी

C] 0.001 मिमी

ड] 0.02 मिमी

vernier calliper 1 Vernier Caliper

व्हर्नियर कॅलिपर

308] व्हर्नियर कॅलिपर वापरून केलेल्या मोजमापाचा प्रकार ------- आहे.
अ] थेट मोजमाप
<u>ब] अप्रत्यक्षमापन</u>
क] ९०“] (अ] ८१ (ब]
ड] यापैकी नाही

309] डायल टेस्ट इंडिकेटर मापन दर्शवते
अ] घटकाचा वास्तविक आकार
ब] 5 मि.मी.च्या दोन पायऱ्यांमधील फरक
C] <u>पॉइंटरद्वारेआकारातवाढविलेलेलहानफरक</u>
D] परिमाणाचे थेट वाचन

dial test indicator 1 Dial Guage

<u>चाचणीनिर्देशकडायलकरा</u>

310] व्ही -ब्लॉक आणि डायल इंडिकेटर पद्धत मोजण्यासाठी वापरली जाते
अ] कामाच्या तुकड्याच्या जमिनीची लांबी
<u>ब] वर्कपीसच्यापृष्ठभागाचीगोलाकारता</u>
क] पृष्ठभागाची सपाटता
ड] धाग्याची पिच

311] डायल टेस्ट इंडिकेटरबद्दल खालीलपैकी कोणते बरोबर नाही?
अ] त्याच्या डायलवर 100 विभाग आहेत

ब] स्टेमची हालचाल गियर ट्रेनद्वारे डायलमध्ये हस्तांतरित केली जाते

C] त्याचीअचूकता 01 मिमीआहे

312] वर्कशॉपमध्ये सामान्यतः कोणत्या ग्रेडचा स्लिप गेज वापरला जातो?

A] ग्रेड 0

ब] ग्रेड एल

क] ग्रेड एच

ड] ग्रेड 0

313] भारतीय मानकांनुसार एक विशेष सेट गेज वापरला जातो

अ] 81 तुकडे

ब] 112 तुकडे

क] 120 तुकडे

D] 130 तुकडे

slip gauge 1 Slip Gauge

स्लिप गेज

314] संदर्भ गेजची अचूकता आहे

A] 005 मिमी

ब] 001 मिमी

C] 0001]

ड] 00001 मिमी

315] स्लिप गेज वर मुंग्या बुरचे केस, ते काढून टाकले पाहिजे

अ] भरणे

ब] लॅपिंग

क] खरवडणे

ड] दळणे

316] स्लिप गेजची कठोरता असावी?

A] 63 HRC पेक्षाजास्त

ब] 58 HRC

C] 55 HRC

ड] 50 HRC

317] ------------- स्लिप गेज 001 मिमीच्या अचूकतेमध्ये घटक तपासण्यासाठी वापरला जातो.

अ] कार्यशाळेचेगेज

ब] तपासणी मापक

क] संदर्भ गेज

D] रिंग गेज

318], ------------ अचूक साधनाची अचूकता तपासण्यासाठी वापरले जाते]

अ] गेजब्लॉक

ब] फॅडर गेज

क] साइन बार

ड] प्लग गेज

319] अचूकता सुनिश्चित करण्यासाठी वापरण्यापूर्वी स्लिप गेज साफ केले जातात] या उद्देशासाठी तुम्ही कोणते माध्यम वापराल

अ] तेल

ब] पातळ

C] कार्बनटेट्राक्लोराईड / पांढरेपेट्रोल

ड] टर्पेन्टाइन तेल

320] समान घटकांची मितीय अचूकता तपासण्यासाठी, डायल टेस्ट इंडिकेटर सेट केला जातो-टी 6 आकारासाठी आणि तुलनाकर्ता म्हणून वापरला जातो] डायल टेस्ट इंडिकेटर सेट करण्यासाठी तुम्ही काय वापराल?

A] डायल टेस्ट इंडिकेटर

ब] टीटर गेज

क] स्लिपगेज

डी], पृष्ठभाग गेज

321] साइन बारबद्दल खालीलपैकी कोणते विधान बरोबर नाही?

अ] दोन्ही बाजूला ठेवलेले टो प्रिसिजन रोलर्स वापरतात

ब] क्रोमियम स्टीलचे बनलेले

क] पृष्ठभाग लॅप केलेला आहे

D] छिद्रांचीमध्यरेषावरच्यापृष्ठभागाकडेझुकलेलीअसेल

sine bar 1 Sine Bar

साइन बार

322] स्लिप गेज म्हणजे -----------

<u>अ] आयताकृतीब्लॉक</u>

ब] चौरस ब्लॉक

क] घन ब्लॉक

323] स्लिप गेजच्या चौथ्या मालिकेत, 46 तुकड्यांमध्ये खालीलपैकी कोणती श्रेणी बरोबर आहे

<u>अ] 10 ते 90 मि.मी</u>

ब] 1001 101009 मिमी

क] 101 ते 109 मि.मी

डी] '11' ते _-19 मिमी

324] स्लिप गेजच्या 5व्या मालिकेत, 46 तुकड्यांमध्ये खालीलपैकी कोणती श्रेणी बरोबर आहे –

<u>अ] 100 ते 100 मि.मी.'</u>

ब] 1001 ते 1009 मिमी

C] 101 ते 009mrn

ड] 11 ते 9 मि.मी

325] स्लिप गेजच्या 2NDS मालिकेत, 45 तुकड्यांच्या सेटमध्ये खालीलपैकी कोणती श्रेणी योग्य आहे-

अ] 10 ते 90 मि.मी

ब] 1001 ते 1] 009 मि.मी

<u>क] 101 ते 109 मि.मी</u>

ड] 11 ते 19 मि.मी

326] स्लिप गेजच्या 3RD मालिकेत, 46 तुकड्यांमध्ये खालीलपैकी कोणती श्रेणी बरोबर आहे –

अ] 100 ते 100 मि.मी

ब] 1001 ते 1009 मिमी

क] 101 ते 109 मि.मी

ड] 11 ते 19 मि.मी

327] स्लिप गेजच्या 1ल्या मालिकेत, 46 तुकड्यांमध्ये खालीलपैकी कोणती श्रेणी बरोबर आहे –

अ] 0001 मिमी

ब] 001 मिमी

क] 01 मि.मी

ड] 10 मि.मी

328] स्लिप गेजच्या 2nd SERIES मध्ये, 46 तुकड्यांच्या सेटमध्ये खालीलपैकी कोणते STEP बरोबर आहे –

अ] 0001 मिमी

ब] 001 मिमी

क] 01 मिमी

ड] 1-0 मि.मी

३२९] स्लिप गेजच्या तिसऱ्या मालिकेत, ४६ तुकड्यांमध्ये खालीलपैकी कोणते STEP बरोबर आहे

अ] 0001 मिमी

ब] 001 मिमी

क] 01 मिमी

ड] 10 मि.मी

330] साइन बार बनलेला आहे

अ] उच्च कार्बन स्टील

ब] हाय स्पीड स्टील

क] निकेल स्टील

डी] स्थिर क्रोमियम स्टील]

331] साठी साइन बार वापरला जातो

अ] ड्रिलिंगसाठी काम समतल करणे

ब] टेपर जॉबचा कोन शोधणे

क] छिद्रांचा व्यास मोजणे

डी] धाग्याचे प्रोफाइल तपासत आहे]

332] साइन बारची लांबी हे दरम्यानचे अंतर आहे

अ] साइन बारच्या एका टोकापासून दुसऱ्या टोकापर्यंत

ब] साइन बारची कर्णरेषा क्रॉस लांबी

C] रोलर्स दरम्यान मध्यभागी मध्यभागी

ड] रोलर्सच्या दरम्यान बाहेरून बाहेरून]

333] साइन बारचा आकार त्याच्याद्वारे निर्दिष्ट केला जातो

अ] वजन

ब] रुंदीचे मोजमाप

<u>क] लांबी</u>

डी] सेटिंगचा कमाल कोन]

334] साइन बारच्या एका टोकाला स्टॉपर प्रदान करण्याचा हेतू आहे

अ] सुलभ हाताळणी

<u>ब] काम घसरण्यापासून रोखणे]</u>

C] स्लिप गेजला आधार देणे

डी] सेटिंग करताना संदर्भ म्हणून वापरणे]

335] एक साइन बार त्याच्या शरीरावर चार किंवा पाच समान अंतराच्या छिद्रांसह बनविला जातो] या छिद्रांचा उद्देश आहे

<u>अ] साइनबारसहजहाताळा</u>

ब] सिन बारचे वजन कमी करा

C] साइन बारच्या वरच्या पृष्ठभागाच्या विकृतीला प्रतिबंध करा

डी] साइन बारला चांगले स्वरूप द्या

336] साठी साइन बार वापरला जातो

अ] छिद्रांचा व्यास मोजणे '

<u>ब] टेपरजॉबचाकोनशोधणे</u>

क] ड्रिलिंगसाठी काम समतल करणे

ड] थ्रेडचे प्रोफाइल चक्किंग

337] साइन बार वापरून कोन मोजण्यासाठी स्लिप गेजची उंची आणि

<u>अ] साइनबारचीउंची</u>

ब] नंबर स्लिप गेज

क] साइन बारची लांबी

ड] साइन बारची रुंदी

338] ----------- 1 च्या अचूकतेमध्ये कोन तपासण्यासाठी वापरला जातो]

अ] गेज

<u>ब] साइनबार</u>

क] मंदिर

ड] दुर्बिणीसंबंधीचा गेज

339] संपर्क रोलर्सची मध्यवर्ती रेषा आणि साइन बार असल्यास डेटाम पृष्ठभाग

अ] समान ओळ ''

<u>ब] समांतर</u>

क] कललेला

ड] लंब

340] साइन बार बनलेला आहे -

अ] उच्च कार्बन स्टील

<u>B] स्थिरक्रोमियमस्टील ‘</u>

क] हाय स्पीड स्टील

ड] Nicked स्टील

341] vernier bevel protractor ची सर्वात कमी गणना आहे

अ] १”

B] <u>5’</u>

क] 1◦

ड] 5 ◦

vernier bevel protractor

3 Vernier Bevel Protractor

व्हर्नियर बेव्हल प्रोट्रेक्टर

342] व्हर्नियर बेव्हल प्रोट्रॅक्टरचा भाग जो सामान्यतः कोन मोजण्यासाठी संदर्भ आधार म्हणून वापरला जातो.

अ] ब्लेड

ब] <u>साठा</u>

क] डिस्क

क] मुख्य प्रमाण

343] व्हर्नियर बेव्हल प्रोटेक्टरचा भाग ज्यावर मुख्य प्रमाणात विभाजने चिन्हांकित केली जातात

अ] साठा

ब] डायल करा

क] <u>डिस्क</u>

ड] समायोज्य ब्लेड

344] बेव्हल प्रोट्रॅक्टरचा भाग, जो मापन करताना कललेल्या पृष्ठभागाच्या संपर्कात येतो.

अ] ब्लेड

ब] साठा

क] डिस्क

ड] डायल

345] vernier bevel protractor च्या मुख्य स्केलच्या प्रत्येक विभागाचे मूल्य आहे

अ] ५‘

ब] 1◦

क] 5◦

ड] 10◦

346] बेव्हल प्रोट्रेक्टरच्या व्हर्नियर स्केलच्या प्रत्येक विभागाचे मूल्य आहे

अ] 1◦

ब] 1◦5’

C] 1◦55‘

D] 5’

347] स्पिंडल वर्क टेबलला लंब असतो

अ] क्षैतिज दळणे मशीन

ब] उभ्यामिलिंगमशीन

C] युनिव्हर्सल मिलिंग मशीन]

ड] लेथ मशीन

milling
machine2 milling machine

अनुलंब मिलिंग मशीन

348] टेबल आडव्या समतल फिरवता येते

अ] क्षैतिज दळणे मशीन

ब] उभ्या मिलिंग मशीन

C] युनिव्हर्सलमिलिंगमशीन]

ड] लेथ मशीन

349] स्पिंडल वर्क टेबलला क्षैतिज आहे

अ] क्षैतिजदळणेमशीन

ब] उभ्या मिलिंग मशीन

C] युनिव्हर्सल मिलिंग मशीन]

ड] लेथ मशीन

350] कठोर, बळकट आणि जड काम सामावून घेणारे

अ] क्षैतिजदळणेमशीन

ब] उभ्या मिलिंग मशीन

क] युनिव्हर्सल मिलिंग मशीन]

ड] लेथ मशीन

351] या मशीनवर बोरिंग, की-वे कटिंग, प्रोफाइल मिलिंग करता येते

अ] क्षैतिज दळणे मशीन

ब] उभ्यामिलिंगमशीन

C] युनिव्हर्सल मिलिंग मशीन]

ड] लेथ मशीन

352] या मशिनवर हेलिकल ग्रूव्ह आणि गियर्स मिल्ड करता येतात.

अ] क्षैतिज दळणे मशीन

ब] उभ्या मिलिंग मशीन

C] युनिव्हर्सलमिलिंगमशीन]

ड] लेथ मशीन

gears gears

गियर

353] स्तंभावरील स्लाइड हालचाल

अ] अनुदैर्ध्य खाद्य

ब] क्रॉस फीड

क] उभ्याफीड

ड] परिपत्रक फीड]

354] गुडघ्यावर स्लाइड हालचाल
अ] अनुदैर्ध्य खाद्य
ब] <u>क्रॉसफीड</u>
क] उभ्या फीड
ड] परिपत्रक फीड]
355] रोटरी टेबल
अ] अनुदैर्ध्य खाद्य
ब] क्रॉस फीड
क] उभ्या फीड
D] <u>परिपत्रकफीड</u>]
356] टेबल ट्रॅव्हर्स]
अ] <u>अनुदैर्ध्यखाद्य</u>
ब] क्रॉस फीड
क] उभ्या फीड
ड] वर्तुळाकार फीड
357] स्पिंडल वर्क टेबलला लंब असतो
अ] क्षैतिज दळणे मशीन
ब] <u>उभ्यामिलिंगमशीन</u>
C] युनिव्हर्सल मिलिंग मशीन]
ड] लेथ मशीन
358] टेबल आडव्या समतल फिरवता येते
अ] क्षैतिज दळणे मशीन
ब] उभ्या मिलिंग मशीन
C] <u>युनिव्हर्सलमिलिंगमशीन</u>]
ड] लेथ मशीन
359] स्पिंडल वर्क टेबलला क्षैतिज आहे
अ] <u>क्षैतिजदळणेमशीन</u>
ब] उभ्या मिलिंग मशीन
C] युनिव्हर्सल मिलिंग मशीन]
ड] लेथ मशीन
360] कठोर, बळकट आणि जड काम सामावून घेणारे
A] <u>क्षैतिजमिलिंगमशीन</u>
ब] उभ्या मिलिंग मशीन
क] युनिव्हर्सल मिलिंग मशीन]

ड] लेथ मशीन

361] या मशीनवर बोरिंग, की-वे कटिंग, प्रोफाइल मिलिंग करता येते

अ] क्षैतिज दळणे मशीन

ब] उभ्यामिलिंगमशीन

C] युनिव्हर्सल मिलिंग मशीन]

ड] लेथ मशीन

362] या मशीनवर हेलिकल ग्रूव्ह आणि गियर्स मिल्ड करता येतात.

अ] क्षैतिज दळणे मशीन

ब] उभ्या मिलिंग मशीन

C] युनिव्हर्सलमिलिंगमशीन]

ड] लेथ मशीन

363] स्तंभावरील स्लाइड हालचाल

अ] अनुदैर्ध्य खाद्य

ब] क्रॉस फीड

क] उभ्याफीड

ड] परिपत्रक फीड]

364] गुडघ्यावर स्लाइड हालचाल

अ] अनुदैर्ध्य खाद्य

ब] क्रॉसफीड

क] उभ्या फीड

ड] परिपत्रक फीड]

365] रोटरी टेबल

अ] अनुदैर्ध्य खाद्य

ब] क्रॉस फीड

क] उभ्या फीड

D] परिपत्रकफीड]

366] टेबल ट्रॅव्हर्स]

अ] अनुदैर्ध्यखाद्य

ब] क्रॉस फीड

क] उभ्या फीड

ड] परिपत्रक फीड]

367] रिटर्न स्ट्रोक दरम्यान वर उचलण्यासाठी साधनास मदत करते

अ] शेपरचाक्लॅपरबॉक्स

ब] रॉकर हात

क] पावल आणि रॅचेट
ड] बैल गियर
368] बेसच्या तळाशी पिव्होटेड
अ] शेपरचा क्लॅपर बॉक्स
ब] रॉकरहात
क] पावल आणि रॅचेट
ड] बैल गियर
369] फीड यंत्रणेसाठी आहे
अ] शेपरचा क्लॅपर बॉक्स
ब] रॉकर हात
क] पावलआणिरॅचेट
ड] बैल गियर
370] रिटर्न स्ट्रोक दरम्यान वर उचलण्यासाठी साधनास मदत करते
अ] शेपरचाक्लॅपरबॉक्स
ब] रॉकर हात
क] पावल आणि रॅचेट
ड] बैल गियर
371] पिनियन द्वारे चालविले जाते
अ] शेपरचा क्लॅपर बॉक्स
ब] रॉकर हात
क] पावल आणि रॅचेट
ड] बैलगियर
372] ते खोगीर वाहून नेते
ब] रॉकर हात
क] पावल आणि रॅचेट
ड] बैल गियर
ई] क्रॉसरेल
373] ते बुल गीअर फेसवर बसवले जाते
अ] शेपरचा क्लॅपर बॉक्स
ब] रॉकरहात
क] पावल आणि रॅचेट
ड] बैल गियर
374] रिटर्न स्ट्रोक दरम्यान ते घसरते.
अ] शेपरचा क्लॅपर बॉक्स

ब] रॉकर हात

क] पावलआणिरॅचेट

डी] बैल गियर

375] कोनीय पृष्ठभागांना आकार देताना ते फिरवले जाऊ शकते

ब] क्लॅपर ब्लॉक

क] टूल पोस्ट

ड] हिंगेड पेन

इ] कुंडाचाआधार

376] हे कटिंग टूल धरून ठेवण्यासाठी आणि कटची खोली आणि स्थान निश्चित करण्यासाठी एक उपकरण आहे.

अ] क्लॅपर बॉक्स

ब] क्लॅपर ब्लॉक

क] टूलपोस्ट

ड] हिंगेड पेन

377] रिटर्न स्ट्रोक दरम्यान, क्लॅपर बॉक्स त्याभोवती फिरण्यासाठी मोकळा असतो.

अ] क्लॅपर बॉक्स

ब] क्लॅपर ब्लॉक

क] टूल पोस्ट

ड] हिंगेडपेन

378] टूल किंवा टूल धारक कठोरपणे धरतो

अ] क्लॅपर बॉक्स

ब] क्लॅपर ब्लॉक

क] टूलपोस्ट

ड] हिंगेड पेन

379] रिटर्न स्ट्रोक दरम्यान लिफ्ट

अ] क्लॅपरबॉक्स

ब] क्लॅपर ब्लॉक

C] टूल पोस्ट

ड] हिंगेड पेन

380] कोणते ऑपरेशन स्लॉटिंग मशीनवर करता येत नाही?

अ] मुख्य मार्ग स्लॉटिंग

ब] डोवेटेल स्लॉटिंग

क] गियर कटिंग

ड] धागाकापणे

thread2 screw threads

धागा

381] ॲक्सेसरीजसह स्लॉटर टेबलला कोणते फीड दिले जाऊ शकत नाही

अ] अनुदैर्ध्य

ब] रोटरी

क] उभा

ड] क्रॉस

382] स्लॉटरचा आकार त्याच्या कमाल द्वारे निर्दिष्ट केला जातो

अ] सारणीचा रेखांशाचा प्रवास

ब] टेबल आणि रॅममधील उंची

क] टेबलचा क्रॉसवाईज प्रवास

डी] रॅमच्यास्ट्रोकचीलांबी

383] बहिर्वक्र पृष्ठभाग स्लॉट करण्यासाठी, कटिंग टूल आवश्यक आहे

अ] चौकोनी नाकाचे साधन

ब] गोलनाकाचेसाधन

क] मुख्य मार्ग साधन

ड] कोपरा करण्याचे साधन

384] बहिर्वक्र पृष्ठभाग वापरून स्लॉट केले जाऊ शकते

अ] अनुदैर्ध्य खाद्य

ब] रोटरीफीड

क] क्रॉस फीड

ड] उभ्या फीड

385] स्लॉटिंग मशीनमध्ये द्रुत परतावा यंत्रणेचा उद्देश आहे

अ] कापण्याची वेळ कमी करा

ब] जलद रिटर्न स्ट्रोक आहे

सी] मानक कटिंग गती राखणे

D] वेगवाननिष्क्रियस्ट्रोकसहनिष्क्रियवेळकमीकरा.

386] स्लॉटिंग मशीनचा मुख्य फीड शाफ्ट ड्राईव्ह बाय आहे

अ] बेव्हल गियर यंत्रणा
B] पावलआणिरॅचेटव्हीलयंत्रणा
सी] टंबलर गियर यंत्रणा.
ड] जंत आणि जंत गियर यंत्रणा.
387] वसंताने भारलेला
अ] साधा किंवा बॉक्स प्रकार साधन धारक
ब] विस्तार साधन धारक
क] रिलीव्हिंगटाईपटूलधारक
ड] फिरवत साधन धारक]

springs3 dr Springs Drawing

रेखाचित्र मध्ये झरे

388] सामान्य हेतूच्या कामासाठी
अ] साधाकिंवाबॉक्सप्रकारसाधनधारक
ब] विस्तार साधन धारक
क] रिलीव्हिंग टाईप टूल धारक
ड] फिरवत साधन धारक]
389] 4 पोझिशन्सवर 90° साठी अनुक्रमणिका करण्यास परवानगी देते
अ] साधा किंवा बॉक्स प्रकार साधन धारक
ब] विस्तार साधन धारक
क] रिलीव्हिंग टाईप टूल धारक
D] फिरवतसाधनधारक]
390] मोठ्या मंडळांना स्लॉटिंगसाठी
अ] साधा किंवा बॉक्स प्रकार साधन धारक
ब] विस्तारसाधनधारक
क] रिलीव्हिंग टाईप टूल धारक
ड] फिरवत साधन धारक]

391] रिटर्न स्ट्रोकमध्ये साधन दूर हलवते]

अ] साधा किंवा बॉक्स प्रकार साधन धारक

ब] विस्तार साधन धारक

C] <u>रिलीव्हिंगटाईपटूलहोल्डर</u>

ड] फिरवत साधन धारक]

392] शील्ड मेटल आर्क वेल्डिंगचे वर्गीकरण या प्रक्रिये अंतर्गत केले जाते ...

अ] इलेक्ट्रिक रेझिस्टन्स वेल्डिंग

ब] विशेष वेल्डिंग

C] <u>इलेक्ट्रिकआर्कवेल्डिंग</u>

ड] इलेक्ट्रो गॅस वेल्डिंग

393] इलेक्ट्रोड होल्डरचा आकार कसा सांगायचा?

अ] त्याच्या वजनाने

ब] त्याच्या आकारानुसार

C] <u>त्याच्यावर्तमानवहनक्षमतेनुसार</u>

ड] ते तयार करण्यासाठी वापरल्या जाणार्या धातूद्वारे

394] एक व्होल्टेज स्त्रोत 20 ohms प्रतिकारांवर 40V चा IR ड्रॉप, 30 ohms resistance मध्ये 60V आणि 90 ohms resistance मध्ये 180V सर्व मालिका तयार करतो] लागू व्होल्टेज किती आहे?

अ] 180 वी

ब] 240 व्ही

क] 100 व्ही

D <u>] 280 V</u>

395] ट्यूब लाईट सर्किटमध्ये चोकचे प्रारंभिक कार्य म्हणजे...

अ] प्रारंभ करंट मर्यादित करा

ब] <u>उच्चव्होल्टेजप्रेरितकरा</u>

C] फिलामेंट गरम करा

D] सुरू केल्यानंतर विद्युत् प्रवाह मर्यादित करा

396] पीक-टू-पीक व्होल्टेज 99V आहे] साइन वेव्हचे प्रभावी मूल्य किती मोठे आहे?

A] 70 V

ब] 44.5V

क] 49.5 व्ही

ड] <u>35 व्ही</u>

397] एक हलणारी कॉइल व्होल्टमीटर 10 V AC वाचतो] प्रभावी व्होल्टेज किती मोठे आहे?

अ] उच्च

ब] कमी

क] <u>समान</u>

ड] 10% जास्त

398] एक कॅपेसिटर 200 व्होल्ट एसी लाईनवर जोडलेला असतो, त्याची किमान व्होल्टेज रेटिंग असावी...

अ] 100 व्होल्ट

ब] 200 व्होल्ट

C] <u>300 व्होल्ट</u>

ड] 400 व्होल्ट

399] कार्बन झिंक सेलचे नाममात्र आउटपुट व्होल्टेज किती आहे?

A] 12V

ब] <u>1.5V</u>

C] 2.0V

D] 2.2V

400] सेल या मालिकेत जोडलेले आहेत..

अ] <u>आउटपुटव्होल्टेजवाढवा</u>

B] आउटपुट व्होल्टेज कमी करते

C] अंतर्गत प्रतिकार कमी करा

ड] वर्तमान क्षमता वाढवा

401] अज्ञात डीसी व्होल्टेज मोजायचे आहे, तुम्ही प्रथम कोणती मापन श्रेणी निवडाल?

A] <u>500V</u>

ब] 50V

क] 1.5 व्ही

ड] 0.5V

402] कंडक्टरमध्ये विकसित होणारी उष्णता...

अ] शक्तीचा वर्ग

ब] प्रतिकाराचा चौरस

C] <u>प्रवाहाचावर्ग</u>

ड] वेळेचा वर्ग

403] ट्यूब लाईट सर्किटमधील चोकचे दुसरे कार्य म्हणजे...

अ] प्रारंभ करंट मर्यादित करा

ब] उच्च व्होल्टेज प्रेरित करा

C] फिलामेंट गरम करा

D] <u>सुरूकेल्यानंतरविद्युतप्रवाहमर्यादितकरा</u>

404] एक हलणारे लोह ammeter 10 A वाचतो] दोलनाचा शिखर प्रवाह किती मोठा आहे?

अ] ७.०७ अ

ब] 1.1414A

क] ७०.७ अ

ड] 14.1 अ

405] पॉवर कंपन्यांना पॉवर फॅक्टरमध्ये सुधारणा करण्यात रस आहे

अ] रेषाप्रवाहकमीकरा

ब] मोटर कार्यक्षमता वाढवा

C] व्होल्ट-अँपिअर वाढवा

ड] शक्ती कमी करणे

406] RL समांतर सर्किटमध्ये, एकूण विद्युत् प्रवाहाच्या विरोधाला...

अ] प्रतिक्रिया

ब] प्रतिकार

C] सदिश बेरीज

ड] प्रतिबाधा

407] मायक्रो अँपिअर रेटिंगचा अज्ञात थेट प्रवाह मोजायचा आहे, तुम्ही प्रथम कोणती मापन श्रेणी निवडाल?

अ] 20 मायक्रो अँप

ब] 15 मायक्रो अँप

C] 150 मायक्रो अँप

डी] 500 मायक्रोअँप

408] पृथ्वीचा वाहक जमिनीवर जाण्यासाठी मार्ग प्रदान करतो..

अ] गळतीकरंट

ब] प्रवाहापेक्षा जास्त

C] उच्च व्होल्टेज

डी] सर्किट करंट

409] कोणते उपकरण विद्युत प्रवाहाच्या गरम प्रभावावर कार्य करते?

अ] प्रदीप्त दिवा

ब] द्विधातु थर्मोस्टॅट

C] HRC फ्यूज

ड] टोस्टर

410] सोलेनॉइडचे दोन टर्मिनल कनेक्ट करा]

अ] पिनियन

ब] ओव्हर रनिंग क्लच

C] <u>प्लंजरडिस्क</u>

ड] घट्ट पकड

411] हॉर्न बटण दाबल्यावर विद्युतप्रवाह हॉर्नमधून वाहतो

अ] हॉर्न स्विच

ब] <u>सोलनॉइड कॉइल</u>

क] बॅटरी

ड] चेसिस]

412] कोरचे चुंबकाकडे वळते

अ] <u>सोलेनोइड स्विच</u>

ब] सक्रिय करणारी तार (गरम झाल्यावर]

C] बॅलास्ट प्रतिरोधक

डी] एक्च्युएटिंग वायर (थंड झाल्यावर]

413] कॅपेसिटर AC मोटर लोडचे पॉवर फॅक्टर मूल्य वाढवते जेव्हा ते जोडलेले असते...

अ] मोटरसह मालिकेत

ब] स्टार्टरसह मालिकेत

C <u>] मोटरच्यासमांतर</u>

डी] मुख्य वळण असलेल्या मालिकेत

414] पॉवर फॅक्टर सुधारण्यासाठी सिंक्रोनस मोटर वापरली जाते तेव्हा ...

अ] उत्तेजित

ब] <u>अतिउत्साहीत</u>

क] भारित

ड] लोड न करता धावणे

415] जर वळण मिक्सर मोटरच्या मेटल केसशी विद्युत संपर्क साधत असेल तर वळण...

अ] <u>ग्राउंडकेलेले</u>

ब] ओपन सर्किट केलेले

सी] शॉर्ट सर्किट झाले

ड] सैल जोडलेले

416] जर रोटरचा शेवटचा शाफ्ट निळा झाला तर ते त्याचे संकेत आहे...

अ] स्कोअरिंग

ब] <u>जास्तगरमहोणे</u>

क] अतिशीत

ड] burring

417] BIS च्या मर्यादा आणि तंदुरुस्त प्रणालीमध्ये, सहिष्णुतेची श्रेणी संख्या चिन्हांद्वारे दर्शविली जाते आणि तेथे ---------i आहेत

A] सहिष्णुतेचे 14 ग्रेड

ब] सहनशीलतेचे 16 ग्रेड

C] सहिष्णुतेचे 18 ग्रेड'

ड] सहिष्णुतेचे 20 ग्रेड

limit fit tolarance 1

limit fit
tolerance

फिट सहिष्णुता मर्यादित करा

418] उत्पादनाला गुणवत्ता असते असे म्हणतात

अ] त्याचा आकार आणि परिमाणे मर्यादेत आहेत

ब] तेवापरण्यासयोग्यआहे

क] ते खूप चांगले असल्याचे दिसून येते

ड] साहित्याची निवड योग्य आहे

419] होल'30 +0021, 0000 आणि शाफ्ट 30 -0110, 0143 दरम्यान जास्तीत जास्त क्लिअरन्स आवश्यक आहे

A] 0110 मिमी'

B] 0131 मिमी

C] 0164 मिमी

ड] 0143 मिमी

420] ड्रॉईंगमध्ये 25 1002 मिमी असे एक परिमाण सांगितले आहे सहिष्णुता काय आहे?

A] +002 मिमी'

ब] +004 मिमी

C] -002 मिमी

ड] 2500 मिमी

421] पिन एका भोकात बसवली जाते पिनचा टॉलरन्स झोन हा होलच्या संपूर्णपणे वर असतो तो फिट किती असेल?

अ] क्लिअरन्स फिट

ब] संक्रमण फिट

क] हस्तक्षेपफिट

ड] धावणे फिट

422] भाग आकारास सहिष्णुता दिली जाते

अ] आवश्यकअनुज्ञेयआकाराच्यात्रुटीमध्येभागाचेउत्पादनकरा

ब] उत्पादन वाढवा

क] उत्पादन कमी करा

ड] घटक अंदाजे पूर्ण करा

423] खालीलपैकी कोणते क्लीयरन्स संपूर्ण मूलभूत प्रणाली अंतर्गत योग्य आहे?

A] 20 H7/p6'

ब] 2067/211

C] ZOG/gll

D] 20H/g11

424] BIS प्रणालीनुसार फिटचे तीन वर्ग आहेत

अ] क्लीयरन्सफिट, इंटरफेरन्सफिटआणिट्रांझिशनफिट

ब] मध्यम फिट, पुश फिट आणि घट्ट फिट

क] फ्लॅट फिट, राउंड फिट आणि स्क्वेअर फिट

ड] 'स्लाइडिंग फिट', लूज फिट आणि संकोचन फिट

425] खालीलपैकी कोणत्या सहिष्णुतेच्या वैशिष्ट्यांमध्ये 20 मिमी पेक्षा जास्त आकारमानहीन आहे?

अ] 20 +02, -03

ब] २० ३२०२

क] 20 -02, 03 इ

ड] मी २० +५००, ~०३

426] कमाल आणि किमान मर्यादेतील फरक -------- आहे.

अ] एकच माहिती देणारा

ब] मूळ शाफ्ट

क] मंजुरी

ड] सहिष्णुता

427] एक शाफ्ट 55 झुडूप मध्ये मुक्तपणे चालणारा प्रकार --------- आहे.

अ] क्लिअरन्स फिट

ब] ड्रायव्हिंग प्लेट

क] संकोचनफिट

ड] वरीलपैकी काहीही नाही

428] हे मोठ्या कोनातून पॉवरचे सकारात्मक प्रसारण करण्यास अनुमती देते.

अ] स्लिप प्रकार कपलिंग

ब] प्लेट कपलिंग

क] क्लॅम्प कपलिंग

ड] सार्वत्रिक युग्मन

429] हे आपोआप बंद होते जेव्हा. टॉर्क स्प्रिंग आणि जबड्यादवारे निर्माण होणाऱ्या घर्षणापेक्षा जास्त असतो.

अ] स्लिप प्रकार कपलिंग

ब]] प्लेट कपलिंग

क] क्लॅम्प कपलिंग

ड] सार्वत्रिक युग्मन

430] हे फक्त तेव्हाच वापरले जाऊ शकते जेव्हा शाफ्ट परिपूर्ण संरेखनात असतात.

अ] स्लिप प्रकार कपलिंग

ब] प्लेट कपलिंग

क] क्लॅम्प कपलिंग

ड] सार्वत्रिक जोडणी

431] हे शाफ्टच्या कोणत्याही अक्षीय हालचालींना परवानगी देत नाही.

अ] स्लिप प्रकार कपलिंग

ब] प्लेट कपलिंग

क] क्लॅम्प कपलिंग

ड] सार्वत्रिक युग्मन

432] हे ऑटोमोबाईल वाहनांमध्ये वापरले जाते.

अ] स्लिप प्रकार कपलिंग

ब] प्लेट कपलिंग

क] क्लॅम्प कपलिंग

ड] सार्वत्रिक जोडणी

433] व्हील हब बेअरिंग्स सामावून घेतात.

अ] किंगपिन

ब] स्प्रिंग पॅड

क] स्टबएक्सलशाफ्टभाग

ड] ट्रॅक रॉड बॉल सांधे

434] ड्रॉअल प्लेटसह ढकलणे

अ] क्लच कव्हर

ब] रिलीझबेअरिंग

क] बोटे सोडणे

ड] क्लच प्लेट

435] जोराचा भार घेतो

अ] क्रँकशाफ्ट

ब] फ्लायव्हील्स

क] टॉर्क रेंच

ड] थ्रस्टबेअरिंग

436] वितरक शाफ्ट द्वारे समर्थित आहे

अ] बॉल बेअरिंग

ब] शेल बेअरिंग

क] बुशबेअरिंग

ड] सुई बेअरिंग

संगणक:-

प्र.१. स्मृतीचे सर्वात मोठे एकक खालीलपैकी कोणते?

अ] (गीगाबाइट्स]

B] (बाइट्स]

C](मेगाबाइट्स]

D] (किलोबाइट्स]

Q.2. सॉफ्टवेअरचा प्राथमिक उद्देश डेटामध्ये बदलणे हा आहे.

अ] (वेबसाइट]

ब] (माहिती]

C] (कार्यक्रम]

D](वस्तू]

Q.3. GUI चा अर्थ आहे

अ] (ग्राफिकलयूजरइंटरफेस]

B](ग्रेटर यूजर इंटरफेस]

C] (ग्राफिकल युनियन इंटरफेस]

D] (ग्राफिकल वापरकर्ता स्वारस्य]

Q.4. की बोर्ड की ज्यावर बाण असतात त्यांना म्हणतात -

अ] (फंक्शन की]

ब] (नेव्हिगेशनकी]

C] (टाइपरायटर की]

D] (विशेष उद्देशाच्या कळा]

Q.5. ASSCII, EBCDIC आणि युनिकोड ही ऍप्लिकेशन सॉफ्टवेअरची उदाहरणे आहेत

अ](खरे]

ब] (खोटे]

प्र.६. विंडोज ऑपरेटिंग सिस्टममधील स्क्रीनच्या कोणत्याही भागामध्ये प्रवेश करण्याचा सर्वात सोपा मार्ग म्हणजे वापरणे.

अ] (की बोर्ड]

ब](उंदीर]

C] (माऊस]

डी] (जॉयस्टिक]

प्र.७. सॉफ्टवेअरला ए असे देखील म्हणतात

अ] (प्रक्रिया]

ब] (डेटा]

क] (कार्यक्रम]

D](माहिती]

प्र.८. मूळ फाईल्स खराब झाल्यास किंवा हरवल्यास बॅक प्रोग्राम फाईल्सच्या प्रती बनवतात.

अ] (खरे]

ब] (खोटे]

प्र.९. मायक्रोप्रोसेसरला अनेकदा CPU म्हणतात

अ] (खरे]

ब] (खोटे]

प्र.१०. .... युटिलिटी हार्ड डिस्कवरील अनावश्यक फाइल्स ओळखते आणि वापरकर्त्यांच्या कमांडच्या आधारे त्या मिटवते.

अ] (बॅकअप]

B] (फाइल कॉम्प्रेशन]

C](प्रोग्राम्स अनइंस्टॉल करा]

डी] (डिस्कसाफकरणे]

प्र.११. या प्रकारचे सॉफ्टवेअर तुम्हाला अधिक उत्पादनक्षम कार्ये करण्यात मदत करण्यासाठी डिझाइन केलेले आहे आणि जवळजवळ प्रत्येक शिस्तबद्ध आणि व्यवसायात मोठ्या प्रमाणावर वापरले जाते.

अ] (कम्युनिकेशन सॉफ्टवेअर]

ब] (युटिलिटी सॉफ्टवेअर]

क] (मूलभूतऍप्लिकेशनसॉफ्टवेअर]

D] (सिस्टम सॉफ्टवेअर]

प्र.१२. लघुसंगणक म्हणूनही ओळखले जाते.

अ] (मध्यमश्रेणीसंगणक]

B] (वैयक्तिक डिजिटल संगणक]

C] (मेनफ्रेम संगणक]

D] (लॅपटॉप संगणक]

प्र.१३. खालीलपैकी कोणते उपकरण संगणकावर जलद खेळ खेळण्यासाठी वापरले जाते.

अ] (टच सुफेस]

B] (टच स्क्रीन]२

C] (ट्रॅक बॉल]

डी] (जॉयस्टिक]

प्र.१४. खालीलपैकी कोणता पोर्टेबल संगणक म्हणून विचारात घेतला जाणार नाही.

अ] (डेस्कटॉपसंगणक]

ब] (नोट बुक संगणक]

C] (वैयक्तिक डिजिटल सहाय्यक]

D] (यापैकी नाही]

प्र.१५. हेडफोन हे एक सामान्य आउटपुट उपकरण आहे.

अ] (खरे]

ब](खोटे]

प्र.१६. अनइंस्टॉल प्रोग्राम्स आम्हाला संगणकावर स्थापित अवांछित प्रोग्राम काढून टाकण्यास मदत करतात.

अ] (खरे]

ब](खोटे]

प्र.१७. स्टोरेज डिव्हाइसची क्षमता सामान्यतः बाइट्सच्या संदर्भात मोजली जाते.

अ] (खरे]

ब] (खोटे]

प्र.१८. स्टोरेज डिव्हाइसची क्षमता सामान्यतः मीटरच्या संदर्भात मोजली जाते.

अ] (खरे]

ब] (खोटे]

प्र.19............. हे पॉइंटिंग यंत्र आहे.

अ] (माऊस]

B](प्रिंटर]

C](स्कॅनर]

D] (कीबोर्ड]

प्र.२०. F1, F2 वगैरे लेबल असलेल्या कीबोर्ड की .... म्हणतात.

अ] (फंक्शनकी]

B] (अंकीय की]

C] (टाइपरायटर की]

D] (विशेष उद्देशाच्या कळा]

268] डिझेल सायकलमध्ये ज्वलन येथे होते

अ] सतत दबाव

ब] स्थिर खंड "'

क] स्थिर तापमान

ड] स्थिर तापमान आणि दाब.

269] रुडॉल्फ डिझेलने Cl.engine विकसित केले

अ] 1876

ब] 1880

सी] 1892

ड] 1930

engines5 diesel engine-valves

वाहनातील इंजिन

270] पर्किन्सने 'पी' मालिकेतील इंजिन तयार केले

अ] 1876

ब] 1880

सी] 1892

ड] 1930

271] NA OTTO ने 4 स्ट्रोक सायकल इंजिन विकसित केले

अ] 1876

ब] 1880

सी] 1892

ड] 1930

272] दुगाल्ड क्लर्कने 2 स्ट्रोक सायकल इंजिन विकसित केले

अ] 1876

ब] 1880

सी] 1892

ड] 1930

273] सर्व सिलिंडर आडव्या रेषेत

अ] 'व्ही' इंजिन

ब] इनलाइनइंजिन

C] विरोधक इंजिन

D] रेडियल इंजिन

274] सिलिंडर 'V' आकारात स्थित

अ] 'व्ही' इंजिन

ब] इनलाइन इंजिन

C] विरोधक इंजिन

D] रेडियल इंजिन

275] सिलिंडर त्रिज्या स्थितीत

अ] 'व्ही' इंजिन

ब] इनलाइन इंजिन

C] विरोधक इंजिन

D] रेडियलइंजिन

307]इंजिन मुळे कमी उर्जा विकसित करते

अ] दोषपूर्णप्रज्वलनवेळ

ब] जास्त प्रमाणात समृद्ध मिश्रण

C] सदोष स्नेहन प्रणाली

डी] खूप घट्ट सिलेंडर हेड

308] द्रवपदार्थावर दबाव निर्माण होतो

अ] ब्रेक पेडल

ब] मास्टरसिलेंडरपिस्टन

क] व्हील सिलेंडर पिस्टन

ड] वितरण ब्लॉक

309] मास्टर सिलेंडर पिस्टनला लिंकेजमधून ढकलतो.

अ] ब्रेकपेडल

ब] मास्टर सिलेंडर पिस्टन

क] व्हील सिलेंडर पिस्टन

ड] वितरण ब्लॉक

310] पिस्टन सक्रिय करते

अ] पिस्टन

ब] पुशरॉड

क] प्राथमिक कप

ड] झडप तपासा

311] द्रवपदार्थावर दबाव निर्माण होतो

अ] पिस्टन

ब] पुश रॉड

क] प्राथमिक कप

ड] झडप तपासा

piston rings & valves7 diesel-engine-piston-rings

इंजिनमधील पिस्टन आणि रिंग

312] पिस्टनचे विस्थापन खंड

अ] |.एचपी

ब] स्वीप्टखंड

क] यांत्रिक कार्यक्षमता

ड] अश्वशक्ती

313] सिलेंडरमध्ये पिस्टनच्या खालच्या दिशेने हालचालीचा प्रारंभ बिंदू
अ] TDC .
ब] सायकल
C] BDC
ड] प्रज्वलन
314] सिलेंडरमध्ये पिस्टनच्या वरच्या दिशेने हालचालीचा प्रारंभ बिंदू
अ] TDC
ब] सायकल
C] BDC
ड] प्रज्वलन
315] फुंकणे प्रतिबंधित करते
अ] पिस्टन
ब] पिस्टन पिन
क] कनेक्टिंग रॉड
ड] पिस्टनरिंग
316] सिलेंडर मध्ये reciprocates
अ] पिस्टन
ब] पिस्टन पिन
क] कनेक्टिंग रॉड
ड] पिस्टन रिंग
317] पिस्टन आणि कनेक्टिंग रॉड जोडते
अ] पिस्टन
ब] पिस्टनपिन
क] कनेक्टिंग रॉड
ड] पिस्टन रिंग
318] सिलेंडरमध्ये दोलन
अ] पिस्टन
ब] पिस्टन पिन
क] कनेक्टिंगरॉड
ड] पिस्टन रिंग
319]कनेक्टिंग रॉडचे वरचे आणि खालचे भाग बोल्ट केलेले आहेत
अ] क्रँकशाफ्ट मॅन जर्नल
ब] क्रँकपिनजर्नल
क] कॅमशाफ्ट

ड] पिस्टन पिन बॉस

320] क्रँकशाफ्ट मेन जर्नल आणि क्रँक पिन यांच्यामध्ये छिद्र पाडले जाते

अ] क्रँकशाफ्टचे संतुलन

ब] क्रँकशाफ्ट वजन कमी करणे

C] <u>वंगणकनेक्टिंगरॉडबीयरिंग</u>

ड] क्रँकशाफ्ट कंपन कमी करणे

321] परस्परगतीचेरोटरीगतीमध्येरूपांतरकरते

अ] <u>क्रँकशाफ्ट</u>

ब] फ्लायव्हील्स

क] टॉर्क रेंच

ड] थ्रस्ट बेअरिंग

322] रोटरी हालचाल खेचणे आणि कृती ढकलणे

अ] वायपर मोटर

ब] <u>क्रँकिंग लिंक</u>

क] पिनियन

ड] वायपर ब्लेड

323] व्हील हब बेअरिंग्स सामावून घेतात.

अ] किंगपिन

ब] स्प्रिंग पॅड

क] <u>स्टबएक्सलशाफ्टभाग</u>

ड] ट्रॅक रॉड बॉल सांधे

324] ड्रॉअल प्लेटसह ढकलणे

अ] क्लच कव्हर

ब] <u>रिलीझबेअरिंग</u>

क] बोटे सोडणे

ड] क्लच प्लेट

325] जोराचाभारघेतो

अ] क्रँकशाफ्ट

ब] फ्लायव्हील्स

क] टॉर्क रेंच

ड] <u>थ्रस्टबेअरिंग</u>

326]वितरक शाफ्ट द्वारे समर्थित आहे

अ] बॉल बेअरिंग

ब] शेल बेअरिंग

क] <u>बुशबेअरिंग</u>

ड] सुई बेअरिंग

327] ऊर्जासाठवते

अ] क्रँकशाफ्ट

ब] <u>फ्लायव्हील्स</u>

क] टॉर्क रेंच

ड] थ्रस्ट बेअरिंग

328] फ्लायव्हील रिंगसह व्यस्त आहे

अ] <u>पिनियन</u>

ब] ओव्हर रनिंग क्लच

क] प्लंजर डिस्क

ड] घट्ट पकड

329] फ्लायव्हील मॅग्नेटोचा समावेश होतो

अ] तात्पुरता चुंबक

ब] बार चुंबक

क] <u>कायम चुंबक</u>

ड] सुई चुंबक.

330] फ्लायव्हील मॅग्नेटोमध्ये, इग्निशन कॉइल असते

अ] <u>स्थिर</u>

ब] हलणे

क] फिरणारा

ड] दोलन.

331] कायम चुंबकाला फिरवणे

अ] स्विच

ब] दुय्यम कॉइल

क]<u>फ्लायव्हील्स</u>

ड] कंडेन्सर्स

332] वाहन उलटवताना चालकाचे नियंत्रण असावे

अ] <u>घट्ट पकड</u>

ब] फॉरवर्ड गियर

क] प्रवेगक

ड] हँड ब्रेक.

333] क्लच प्लेट असेंबलीमध्ये स्प्रिंगसह मध्यवर्ती स्टील डिस्क असते

अ] ताकद

ब] लवचिकता

क] कमी आवाज

ड] <u>शोषकधक्के</u>

334] मध्ये कुत्र्याच्या तावडीचा वापर केला जातो

अ] <u>गियरबॉक्स</u>

ब] घर्षण तावडी

C] ब्रेक्स

ड] भिन्नता

dog clutches2

mmv dog clutches

वाहनात कुत्र्याचा तावड

335] सिंक्रोमेश यंत्रणा प्रदान केली आहे

अ] वाहनाचा वेग वाढवणे

ब] वाहनाचा वेग कमी करणे

C] <u>गुळगुळीत गियर प्रतिबद्धता'</u>

ड] वरीलपैकी काहीही नाही.

336] फक्त स्पर गीअर्स वापरले जातात

अ] <u>सरकणारी जाळी</u>

ब] सिंक्रोमेश

क] डबल डिक्लचिंग

ड] हस्तांतरण प्रकरण

437] ऑटोकॅड सॉफ्टवेअरची नवीनतम आवृत्ती कोणती आहे?

अ] 2016

ब] 2017

क] 2018

ड] 2019

438] ऑटोकॅडमध्ये गुणधर्म पॅलेट मिळविण्यासाठी कोणती की वापरली जाते?

अ] नियंत्रण+1

ब] नियंत्रण+२

क] नियंत्रण+३

ड] नियंत्रण+४

439] ऑटोकॅड प्रथम वर्षात प्रसिद्ध झाले:

अ] 1858

ब] 1966

क] 1898

ड] 1982

440] AutoCAD मध्ये किती युनिट्स उपलब्ध आहेत?

अ] ४

ब] ५

क] ७

ड] ६

441] कोणता मोड वापरकर्त्याला 90 ° सरळ रेषा काढू देतो :

a] Osnap

b] Ortho

c] linear

d] polar tracking

442] समांतर रेषा, एकाग्र वर्तुळे आणि समांतर वक्र प्राप्त करण्यासाठी; __________ वापरलेले आहे.

अ] ॲरे

ब] फिलेट

क] कॉपी

ड] ऑफसेट

443] X आणि Y दोन्ही दिशांमध्ये डिफॉल्ट ग्रिड अंतर आहे:

a] 10

b] 20

c] 5

d] 15

444] AutoCAD मध्ये किती वर्कस्पेसेस उपलब्ध आहेत?

अ] २

ब] ४

क] ३

ड] ५

445] स्केल कमांड टाईप करून सहज प्रवेश करता येतो:

a] SL

b] S

c] SC

d] C

446] ऑब्जेक्टला पूर्वनिर्धारित लांबीच्या सेगमेंटमध्ये विभागण्यासाठी कोणती कमांड वापरली जाते?

a] विभाजित करा

b] Chamfer

c] ट्रिम

d] मोजमाप

447] वर्तुळात किती पकड बिंदू असतात?

अ] ५

ब] ४

क] ३

ड] २

448] 2D मध्ये चित्र काढताना, तुम्ही कोणत्या अक्षावर काम करत नाही?

अ] एक्स

ब] य

क] झेड

ड] WCS

449] मॉडेल टॅब आणि लेआउट टॅबमधील प्राथमिक फरक _____ आहे.

A] मॉडेल टॅबचा वापर 3D मध्ये काढण्यासाठी केला जातो आणि लेआउट 2D मध्ये रेखांकनासाठी वापरला जातो.

ब] मॉडेल टॅब हा आहे जिथे तुम्ही रेखाचित्र तयार करता आणि लेआउट टॅब तुम्ही प्लॉट किंवा मुद्रित कराल त्या शीटचे प्रतिनिधित्व करतो.

C] पार्श्वभूमीचा रंग

D] मॉडेल टॅब तुम्ही ज्या ड्रॉईंगवरून कॉपी करत आहात ते दाखवतो आणि लेआउट टॅब हा आहे जिथे तुम्ही नवीन ड्रॉइंग तयार करता.

450] खालीलपैकी कोणता वस्तूचा गुणधर्म नाही

अ] रेषेचे वजन

ब] <u>माप</u>

क] हायपरलिंक

ड] उंची

451] कोणती आज्ञा पॉलीलाइनमध्ये वेगळ्या वस्तूंचे रूपांतर करते

अ] संघ

ब] वजा करा

क] सामील व्हा

ड] पॉलीलाइन

452] संपूर्ण प्रकल्प मुद्रित करण्यासाठी, तुम्ही काय प्लॉट करायचे याचे नियमन कराल

अ] प्रदर्शन

ब] विस्तारते

क] <u>मर्यादा</u>

ड] खिडकी

453] व्ह्यूपोर्ट्सची उपयुक्तता काय आहे

A] <u>आम्हाला स्क्रीनवर किंवा कागदावर एकाच प्रकल्पाची भिन्न दृश्ये पाहण्याची परवानगी देते</u>

ब] प्रकल्प आमच्याकडून AutoCAD ची नवीन आवृत्ती बनले आहेत हे पाहण्याची क्षमता द्या

क] बाकीच्या भागावर परिणाम न करता आपण योजनेच्या एका भागात बदल करू शकतो

ड] वरीलपैकी काहीही नाही

454] झूम कमांडपासून स्केल कमांडमध्ये काय फरक आहे

अ] एकल ऑब्जेक्टसाठी स्केल, तर संपूर्ण योजना झूम करा

ब] फरक नाही

C] H स्केल आकार 10 पट वाढू/संकुचित करू शकतो, तर झूमला मर्यादा नाही

D] <u>H स्केल ऑब्जेक्ट्सचा आकार बदलतो, तर झूम प्रकल्पाची दृश्यमानता बदलते</u>

455] ब्लॉक विशेषता कधी निश्चित करावी

अ] <u>आपण ब्लॉक निश्चित करण्यापूर्वी</u>

ब] जेव्हा मी ब्लॉक बनवतो

क] ब्लॉक निश्चित केल्यानंतर

ड] संख्या काहीही असो

456] तुम्ही ऑफसेट कमांडमधून काय तयार करू शकत नाही

अ] उभा सरळ

ब] एकाग्र वर्तुळे

क] तीन समांतर रेषा

ड] समांतर चाप

457] कोणत्या चिन्हाने स्नॅप पॉइंट सर्वात जवळच्या बिंदूला दाखवतो

अ] मध्यभागी वर्तुळे आणि ठिपके आहेत

ब] दोन त्रिकोणांसह

क] तीन ऑर्थोगोनलसह

ड] डायमंडसह

458] दृष्टीकोन डिझाइन करण्यासाठी कोणत्या राज्य ग्रीडचा वापर केला जातो

अ] पॅरामेट्रिक

ब] आयसोमेट्रिक

क] प्रो-ऑप्टिक

ड] आयताकृती

459] जर मला दिशेला रेषा काढायची असेल तर 07:30 (स्थानिक वेळ] एक कोन देईल.

A] -135 अंश

ब] 270 अंश

C] -225 अंश

ड] वरीलपैकी काहीही नाही

460] निरपेक्ष कार्टेशियन कोऑर्डिनेट्समध्ये A (10.8] आणि B (6.5] बिंदू असतील तेव्हा, A -> B वरून सापेक्ष ध्रुवीय निर्देशांकांसह एक रेषा तयार करा.

A] @ -5 <36.88

ब] @ 4 <30

C] @ 5 <216.88

डी] @ 3 <60

461] रेखांकनातील किमान स्वीकार्य स्तरांची संख्या किती आहे

अ] ०

ब] ५

क] १

ड] २

462] खालीलपैकी कोणता AutoCAD चा कीबोर्ड शॉर्टकट नाही?

अ] Ctrl + P

ब] Alt + F4

C] Ctrl + F4

D] Alt + B

463] आपल्याकडे RGB मध्ये 16,7 M रंग का आहेत

अ] कारण त्यामुळे माणूस ओळखू शकतो

ब] ही ग्राफिक्स कार्डची मर्यादा असल्याने

C] प्रत्येक रंगासाठी आपल्याकडे 256 शेड्स आणि रंगांचे संयोजन तिसरे आहे

D] कारण आम्हाला PC आणि Macintosh मध्ये सुसंगतता हवी आहे

464] कोणती सेटिंग ग्रेडियंट आपल्याला ओपन एरिया भरण्याची परवानगी देतो? एक अंतर

ब] सहिष्णुता

क] पारदर्शकता

ड] उघडा

465] डावीकडून उजवीकडे आणि विरुद्ध दिशा असे विविध पर्याय कोणते आहेत?

अ] वस्तूंची भिन्न श्रेणी निवडा

ब] वस्तू त्यांच्या रंगानुसार निवडा

क] वस्तू त्यांच्या स्थितीनुसार निवडा

ड] फरक नाही

466] कोणते झूम माउस व्हीलशी संबंधित आहे?

अ] झूम इन / झूम कमी करा

ब] पॅन आणि स्कॅन

क] विस्तार / सर्व

ड] स्केल

467] कोणती आज्ञा आपल्याला काही स्थितीवर आधारित वस्तू निवडण्याची परवानगी देते?

अ] गुणधर्म

ब] Qselect

क] सिलेक्ट

ड] गुणधर्म

468] x अक्षावर 40 अंशांचा कोन असलेली यादृच्छिक रेषा कशी बनवायची

A] 0 <40 लिहेल

B] 2 <40 लिहील

C] 3<40 लिहेल

D] 4 <40 लिहील

469] खालीलपैकी कोणते फाईल एक्स्टेंशन ऑटोकॅड उघडू शकत नाही

अ] dwg

ब] dxf

क] ठिपका

ड] dws

470] साइटचे परिमाण मोजण्यासाठी हेडबँड असलेला सर्वेक्षक, तो मोजमाप करतो

अ] कोणतीही एक पद्धत नाही

ब] संबंधित कार्टेशियन निर्देशांक

C] संपूर्ण ध्रुवीय समन्वय

ड] वरीलपैकी काहीही नाही

471] Plagiostomi angle साठी कोणती आज्ञा वापरली जाते?

अ] चेंफर

ब] फिलेट

क] ऑफसेट

ड] आरसा

472] मी ब्लॉक एडिटर कधी वापरावे

अ] मजकूर ब्लॉक लिहिण्यासाठी

ब] बाह्य ब्लॉक निश्चित करण्यासाठी

सी] डायनॅमिक ब्लॉक निश्चित करण्यासाठी

डी] ऑटोकॅडच्या दुसऱ्या आवृत्तीमध्ये संग्रहित करण्यासाठी

473] जर स्टोअर असलेली योजना ऑटोकॅड 2006 मध्ये उघडली असेल तर तुम्ही ती त्यात जतन केली पाहिजे

A] AutoCAD 2004 dwg

ब] ऑटोकॅड 2006 dwg

C] AutoCAD 2007 dwg

ड] वरीलपैकी काहीही नाही

474] प्रिंट स्केल 1:50 म्हणजे

अ] मसुदा मूळपेक्षा ५० पट कमी खर्चिक आहे

ब] A 3 सेमी अर्ध्या मीटरशी संबंधित आहे

C] एक माप 50 सेमीशी संबंधित आहे

ड] वरीलपैकी काहीही नाही

475] UCS अक्षरे काय करतात

अ] एकसमान कॅल्क्युलेटर प्रणाली

B] संयुक्त CAD प्रणाली

C] युनिव्हर्सल CAD सेटिंग्ज
ड] सार्वत्रिक समन्वय प्रणाली

476] दोन नियमित 8-गोनमध्ये काय फरक आहे, जे एक कोरलेले आहे आणि दुसरे गोलाकार वर्तुळ आहे?
अ] फरक नाही
ब] उघडण्याचे वेगवेगळे कोन
क] भिन्न बाजूची लांबी
ड] गर्दीच्या वेगवेगळ्या बाजू

477] जर CCW मापनाच्या निकालाने 135 अंशांचा कोन दिला तर तोच CW कोन मोजला जातो.
अ] 225 अंश
ब] -135 अंश
C] -225 अंश
ड] 135 अंश

478] असोसिएटिव्ह हॅच काय करते
अ] आकारात भरणाऱ्या बदलांचे निरीक्षण करते
ब] इतर हॅच योजनेशी संबंधित आहे
क] वरील दोन्ही
ड] वरीलपैकी काहीही नाही

479] कमांड प्लॉट आणि प्रिंटमध्ये काय फरक आहे
अ] प्लॉट कमांड फक्त मोठ्या योजना छापते
B] CNC (CAM] साठी प्लॉट कमांड
क] फरक नाही
D] प्रिंट कमांड A3 आकाराच्या कागदापर्यंत प्रिंट करू शकते

480] मी 1:50 1:10 पासून सुरू केलेल्या प्रोजेक्टची स्केल यादी बदलल्यास
अ] तुम्हाला पुन्हा सुरुवात करावी लागेल
ब] तुम्ही आधीपासून अस्तित्वात असलेल्या वस्तू (स्केल] 5 ने वाढवू नये
C] तुम्हाला आतापर्यंतच्या पद्धतीमध्ये काहीही बदल करण्याची गरज नाही
डी] नवीन स्केलवर आधारित जोडल्या जाणाऱ्या नवीन आयटममध्ये रूपांतरित केले जावे

481] खालीलपैकी कोणते लांबी मोजण्याचे एकक नाही?
अ] गज
ब] पारसेक
क] मायक्रोन्स
ड] <u>पदवी</u>

482] Wblock कमांड काय करते
अ] वार्प-स्पीड ब्लॉक
ब] <u>ब्लॉक लिहा</u>
क] विंडो ब्लॉक
ड] वाइड-एरिया ब्लॉक

483] तुम्ही ऑटोकॅड कमांडसह काम करत असताना तुम्ही कुठे लक्ष द्यावे?
अ] रेखाचित्र क्षेत्र
ब] स्टेटस बार
क] टूलबार
ड] <u>कमांड विंडो</u>

484] ध्रुवीय समन्वय मुख्यतः रेखांकनासाठी वापरले जातात______
अ] चाप
ब] लंबवृत्त
क] <u>कोनीय रेषा</u>
ड] वरीलपैकी काहीही नाही

485] एखाद्या वस्तूचे किती SNAP बिंदू असतात?
अ] १
ब] ४
क] ५
ड] <u>वस्तूवर अवलंबून</u>

486] आयत कमांडसाठी तुम्हाला किती बिंदू परिभाषित करावे लागतील?
अ] एक
ब] <u>दोन</u>
क] तीन

ड] चार

487] एका आयतामध्ये किती ऑटोकॅड ऑब्जेक्ट्स असतात?

अ] एक

ब] दोन

क] तीन

ड] चार

488] तुम्ही वस्तूंचा संच निवडत असताना एखाद्या वस्तूची निवड कशी रद्द कराल?

A] Ctrl+ काढून टाकायच्या ऑब्जेक्टवर क्लिक करा

ब] Shift + काढून टाकायच्या ऑब्जेक्टवर क्लिक करा

C] Alt + काढून टाकायच्या ऑब्जेक्टवर क्लिक करा

ड] वरीलपैकी काहीही नाही

489] 0,5 ते 5,5 पर्यंतची रेषा _________ किती लांब असेल?

अ] 10 युनिट्स

ब] 5 युनिट्स

क] 15 युनिट्स

ड] वरीलपैकी काहीही नाही

490] वस्तू भोवती फिरवल्या जातात

अ] वस्तूचा तळ

ब] मूळ बिंदू

C] वस्तूचे केंद्र

ड] मूळ

491] रेखाचित्राचे मूळ येथे आहे

अ] ०,०

ब] 1,0

क] 0,1

ड] १,१

492] तुम्ही रेखांकनातील वस्तूंचा संच कसा निवडाल?

अ] उजवीकडून डावीकडे काढलेल्या क्रॉसिंग विंडोद्वारे

ब] डावीकडून उजवीकडे काढलेल्या क्रॉसिंग विंडोद्वारे

C] Shift+ वस्तूंवर क्लिक करणे

ड] वरीलपैकी काहीही नाही

493] फिलेट कमांड __________ मिळविण्यासाठी वापरली जाऊ शकते

अ] धारदार कोपरे

ब] गोल कोपरे

क] <u>वरील दोन्ही</u>

ड] वरीलपैकी काहीही नाही

494] ध्रुवीय अॅरे नवीन वस्तू तयार करतात____

अ] ग्रिड पॅटर्नमध्ये

ब] <u>गोलाकार नमुना मध्ये</u>

क] सरळ रेषेत

ड] वरील सर्व

495] रेखांकनाला किती स्तर असावेत?

अ] १

ब] २

क] <u>जटिलतेवर अवलंबून तितके</u>

ड] वरीलपैकी काहीही नाही

496] स्केलिंग वस्तू त्या बनवतात______

अ] लहान

ब] मोठा

क] <u>एकतर लहान किंवा मोठा</u>

ड] वरीलपैकी काहीही नाही

औद्योगिक प्रशिक्षण संस्था

मासिक चाचणी-1, गुण- 20, तारीखः- ______________

(प्रत्येक प्रश्नाला दोन गुण असतात]

1-06] SS प्रणालीचा फायदा ------ आहे.

अ] उत्पादकतेत वाढ

ब] गुणवत्तेत वाढ

क] वेळेचा अपव्यय कमी करणे

ड] हे सर्व

2-07] सुरक्षा म्हणजे -----------

अ] कोणाचाही व्यवसाय नाही

ब] प्रत्येक शरीराचा व्यवसाय

क] काही शरीर व्यवसाय

ड] संस्थेचा व्यवसाय

3-08] मूलभूत श्रेणींसाठी सुरक्षा चिन्हे उपलब्ध आहेत "निषेध" चिन्हाचा अर्थ ----

अ] दाखवते की ते केले जाऊ नये

ब] काय केले पाहिजे ते दाखवते

क] धोक्याची किंवा धोक्याची चेतावणी देते

ड] सुरक्षा तरतुदीची माहिती देते

4-09] वर्कशॉप सुरक्षा कोणती आहे?

अ] दुकानातील मजला स्वच्छ आणि ग्रीस, तेल किंवा इतर निसरड्या पदार्थांपासून मुक्त ठेवा

ब] वेग बदलण्यापूर्वी मशीन थांबवा

C] फटाके किंवा चिरलेली साधने वापरू नका

ड] धावणारे मशीन हाताने थांबवण्याचा प्रयत्न करू नका

5-10] वैयक्तिक संरक्षण उपकरणांमध्ये (PPE] हेल्मेट वापरले जाते

अ] डोके संरक्षित करा

ब] डोळ्यांचे रक्षण करा

क] हातांचे संरक्षण करा

ड] कानांचे रक्षण करा

6-11] खालीलपैकी कोणते सामान्य सुरक्षिततेशी संबंधित आहे?

A चांगल्या वृत्तीचा कार्यकर्ता ठेवा

ब] काम स्वच्छ आणि स्पष्ट

क] आपल्या कामावर लक्ष केंद्रित करा

ड] मजला आणि गँगवे स्वच्छ आणि स्वच्छ ठेवा

7-12] दळताना डोळ्यांच्या संरक्षणासाठी कोणता वापर केला जातो?

अ] गडद हिरवा काच

ब] मुखवटा

क] सूर्याचा चष्मा

ड] सुरक्षा गॉगल

8-13] खालीलपैकी कोणते मशीन सुरक्षिततेसाठी केले जाते?

अ] मशीन सुरू करण्यापूर्वी तेलाची पातळी तपासा

ब] पद्धतशीर पद्धतीने कामे करा

क] फरशी आणि गँगवे स्वच्छ आणि स्वच्छ ठेवा

ड] डाय आणि स्कार्फ वापरू नका

9-14] ln पर्सनल प्रोटेक्ट इक्विपमेंट (PPE], 'स्लीव्हज'चा वापर संरक्षणासाठी केला जातो ----------

चेहरा

ब] डोळे

क] कान

ड] हात

10-15] ABC म्हणजे --------------

अ] स्वयंचलित श्वास नियंत्रण

ब] स्वयंचलित रक्त नियंत्रण

क] वायुमार्गातील श्वासोच्छ्वासाचे अभिसरण

ड] स्वयंचलित रक्त परिसंचरण

औद्योगिक प्रशिक्षण संस्था

मासिक चाचणी-2, गुण- 20, तारीखः- ______________

(प्रत्येक प्रश्नाला दोन गुण असतात]

1-21] पेन्सिलचा दर्जा अक्षरे रेखाटण्यासाठी वापरला जातो ....

a] शंकूच्या आकाराचा बिंदू

b] छिन्नी बिंदू

c] मऊ

ड] कमी

2-22] एकसमान जाडीच्या पातळ रेषा काढण्यासाठी पेन्सिलला ...... च्या स्वरूपात तीक्ष्ण केली पाहिजे.

अ] छिन्नी धार

b]शंकूच्या आकाराचे

c] सूचित

d] यापैकी काहीही नाही

3-23] कंपासने काढता येत नसलेले वक्र काढण्यासाठी काय वापरले जाते

अ] लहान कंपास

b] फ्रेंच वक्र

c] संरक्षक

d] यापैकी काहीही नाही

4-24]अनावश्यक रेषा काढून टाकल्या जातात .....

a] डस्टर

b] सँड पेपर ब्लॉक

c] खोडरबर

d] यापैकी काहीही नाही

5-25] वर्तुळ आणि चाप .....l च्या सहाय्याने काढले जातात.

a] होकायंत्र

b] दुभाजक

c] लांबीची पट्टी

d] यापैकी काहीही नाही

6-26] इंकिंग पेनचा वापर चित्र काढण्यासाठी केला जातो.

a] क्षैतिज रेषा

b] गोलाकार नसलेले चाप

c] उभ्या रेषा

d] हे सर्व

7-27] कार्ड बोर्ड स्केल ..... च्या संचामध्ये उपलब्ध आहेत.

अ] ७

ब] ८

c] 6

ड] ९

8-28] शाळा आणि महाविद्यालयांमध्ये वापरण्यासाठी सोयीस्कर लांबीचा आकार 30 -60°-90° सेट स्क्वेअर आहे......

अ] 250

b] 200

c] 300

d] यापैकी काहीही नाही

9-29] ड्रॉइंग बोर्ड .... च्या आकाराचा असतो.

a] चौरस

b] आयताकृती

c] त्रिकोणी

d] यापैकी काहीही नाही

10-30] 'T' स्क्वेअर, सेट स्क्वेअर, स्केल प्रोट्रॅक्टरचा वापर ...... मध्ये केला जातो.

a] संरक्षक

b] मिनी ड्राफ्टर

c] चौरस सेट करा

d] यापैकी काहीही नाही

औद्योगिक प्रशिक्षण संस्था

मासिक चाचणी-३, गुण- २०, तारीख:- _______________

(प्रत्येक प्रश्नाला दोन गुण असतात]

1-36] जेव्हा षटकोनाच्या दोन बाजू आडव्या असणे आवश्यक असते तेव्हा समान भागाकार पायरी करण्यासाठी सुरवातीचा बिंदू ..... च्या शेवटी असावा.

a] क्षैतिज व्यास

b] उभा व्यास

c] कलते व्यास

d] यापैकी काहीही नाही

2-37] षटकोनाच्या दोन बाजू उभ्या असणे आवश्यक असल्यास प्रारंभ बिंदू ... च्या शेवटी असावा.

a] कलते व्यास

b] क्षैतिज व्यास

c] उभा व्यास

d] यापैकी काहीही नाही

3-38] उजव्या वर्तुळाकार शंकूच्या आंतरविभागाद्वारे शंकूच्या अक्षाच्या सापेक्ष भिन्न स्थितीत विमानाद्वारे प्राप्त केलेल्या विभागाला ...... म्हणतात.

अ] शंकू

b] मंडळे

c] त्रिकोण

ड] अर्ध वर्तुळ

4-39] जेव्हा सेक्शन प्लेन अक्षाकडे कलते आणि शिखरावर एका बाजूला सर्व जनरेटर कापते तेव्हा विभाग...... मध्ये असतो.

अ] कोनिक विभाग

b] लंबवृत्त

c] पॅराबोला

ड] हायपरबोला

5-40] जेव्हा सेक्शन प्लेन अक्षाकडे झुकलेला असतो आणि जनरेटरपैकी एकाला समांतर असतो तेव्हा विभाग .... असतो.

a] लंबवृत्त

b] पॅराबोला

c] हायपरबोला

ड] सायक्लॉइड

6-41] लंबवर्तुळाकार वक्र वापरणे म्हणजे........

a] कमानी

b] धरणे आणि स्मारके

c] मॅनहोल्स, ग्रंथी आणि स्टफिंग बॉक्स

ड] हे सर्व

7-42] पॅराबॉलिक वक्र चा वापर........

अ] पूल आणि कमानी

b] ध्वनी परावर्तक

c] प्रकाश परावर्तक

ड] हे सर्व

8-43] हायपरबोलिकल वक्र चा वापर......

a] कुलिंग टॉवर आणि जलवाहिनी

b] डेम्स

c] पूल

ड] हे सर्व

9-44] जेव्हा बिंदू वर्तुळात असतो तेव्हा वक्र ...... म्हणतात.

अ] सुपीरियर ट्रोकॉइड

b] अंतर्गत ट्रॉकोइड

c] ट्रोकॉइड

ड] आयसोट्रोकॉइड

10-45] जेव्हा बिंदू वर्तुळाच्या बाहेर असतो तेव्हा वक्राला ...... असे म्हणतात.

अ] आतील ट्रॉकोइड

b] सुपीरियर ट्रोकॉइड

c] ट्रोकॉइड

d] इन्सुपीरियर ट्रोकॉइड

औद्योगिक प्रशिक्षण संस्था

मासिक चाचणी-4, गुण- 20, तारीख:- _______________

(प्रत्येक प्रश्नाला दोन गुण असतात]

1-51] विक्षिप्तपणा =

a] फोकसपासून बिंदूचे अंतर / डायरेक्टिक्सपासून बिंदूचे अंतर

b] बिंदूपासून फोकसचे अंतर / बिंदूपासूनचे अंतर

c] फोकसपासून बिंदूचे अंतर / बिंदूच्या डायरेक्टिक्सचे अंतर

d] डायरेक्टिक्सपासून बिंदूचे अंतर / फोकसपासून बिंदूचे अंतर

2-52] गणितीयदृष्ट्या लंबवर्तुळाचे वर्णन समीकरणाद्वारे केले जाऊ शकते.....

a] a2 / X2 + y2 / b2 = 1

b] x2 / a2 + y2 / b2

c] x2 / a2 + y2 / b2 = 0

d] x2 / a2 + y2 / b2 = 1

3-53] गणितीयदृष्ट्या पॅराबोलाचे वर्णन समीकरणाद्वारे केले जाऊ शकते.

a] y2 = 4ax

b] x2 = 2ay

c] x2 = 4ay

ड] अ आणि ब दोन्ही

4-54] गणितीयदृष्ट्या हायपरबोलाचे वर्णन समीकरणाद्वारे केले जाऊ शकते.......

a] x2 /a2 - y2 /b2 = 1
b] x2 /y2 - y2 /x2 = 0
c] अ आणि ब दोन्ही
d] यापैकी काहीही नाही
5-55] सायक्लॉइडचे वर्णन समीकरणाद्वारे केले जाऊ शकते......
a] y = a(1-cos Ø]
b] x = a(Ø -sin Ø]
c] अ आणि ब दोन्ही
d] यापैकी काहीही नाही
6-56] गणितीयदृष्ट्या प्रस्तुत हायपोसायक्लोइड आहे.....
a] Y = a cos3 Ø, X = a sin3 Ø
b] X = a sin3 Ø, Y = a cos3 Ø
c] X = a cos3 Ø, Y = a sin3 Ø
d] यापैकी काहीही नाही
7-57] involute द्वारे गणितीयरित्या प्रस्तुत केले जाते
a] X = r sin Ø - r Ø cos Ø, Y = r cos + r Ø पाप Ø
b] X = r sin Ø + r cos Ø, Y = r cos Ø – r Ø sin Ø
c] Y = r Ø cos Ø – r sin Ø, X = r sin Ø – r Ø cos Ø
d] X = r cos Ø + r Ø sin Ø, Y =r sin Ø - r Ø cos Ø
8-58] वस्तूपासून विमानापर्यंतच्या रेषांना ...... म्हणतात.
a] प्रक्षेपण
b] प्रोजेक्टर
c] संदर्भ विमान
d] यापैकी काहीही नाही
9-59] ऑर्थोग्राफिक प्रोजेक्शन एखाद्या वस्तूचे परस्पर लंब प्रक्षेपण रेषांवर दृश्याद्वारे दर्शविले जाते
अ] दोन किंवा तीन
b] तीन किंवा दोन
c] तीन किंवा चार
d] यापैकी काहीही नाही
10-60] जेव्हा प्रक्षेपक एकमेकांना समांतर आणि विमानाला लंब असतात तेव्हा प्रक्षेपण म्हणतात.
अ] आयसोमेट्रिक प्रोजेक्शन
b] तिरकस प्रक्षेपण
c] ऑर्थोग्राफिक प्रोजेक्शन

ड] दृष्टीकोन प्रक्षेपण

औद्योगिक प्रशिक्षण संस्था

मासिक चाचणी-5, गुण- 20, तारीख:- _______________

(प्रत्येक प्रश्नाला दोन गुण असतात]

1-66] .... प्रोजेक्शन पद्धत यूएसए आणि इतर देशांमध्ये वापरली जाते.

a] प्रक्षेपणाचे विमान

b] ऑर्थोग्राफिक प्रोजेक्शन

c] प्रथम-कोन प्रक्षेपण

d] तिसरा कोन प्रक्षेपण

2-67] जेव्हा एखादी वस्तू जमिनीवर असते तेव्हा पहिल्या कोन प्रक्षेपण पद्धतीने, तिचा तळाचा भाग XY सह आत असतो.

अ] शीर्ष दृश्य

b] समोरचे दृश्य

c] बाजूचे दृश्य

ड] हे सर्व

3-68] या प्रक्षेपण प्रणालीचा महत्त्वाचा घटक

a] एक वस्तू

b] प्रक्षेपणाचे विमान

c] एक निरीक्षक

ड] हे सर्व

4-69] रेषा AB ही HP ला समांतर असते तेव्हा ......

a] AB चे समोरचे दृश्य

b] त्याचे बाजूचे दृश्य AB च्या बरोबरीचे आहे

c] हे शीर्ष दृश्य AB च्या बरोबरीचे आहे

d] यापैकी काहीही नाही

5-70] जेव्हा एखादी रेषा विमानाला समांतर असते; विमानावरील त्याचे प्रक्षेपण त्याच्या बरोबरीचे आहे;

अ] खरी लांबी

b] खरा आकार

c] खरा आकार

d] यापैकी काहीही नाही

6-71] बिंदू समांतर आहे ज्यामध्ये रेषा किंवा रेषा बिंदूला भेटतात त्याला समतल म्हणतात.

अ] ओळ

b] गुणोत्तर
c] ट्रेस
d] यापैकी काहीही नाही
7-72]........ हे दोन बिंदूमधील सर्वात कमी अंतर आहे.
a] एक ओळ
b] एक बिंदू
c] एक सरळ रेषा
d] यापैकी काहीही नाही
8-73] जेव्हा रेषा क्षैतिज समतलाला छेदते ज्याला म्हणतात.....
a] क्षैतिज ट्रेस
b] अनुलंब ट्रेस
c] रेषेचा ट्रेस
d] यापैकी काहीही नाही
9-74] विमाने दोन मुख्य प्रकारांमध्ये विभागली जाऊ शकतात ......
a] लंब समतल, सहायक समतल
b] लंब समतल, तिरकस समतल
c] सहायक समतल, लंब समतल
d] यापैकी काहीही नाही
10-75] संदर्भ विमानाकडे झुकलेल्या विमानांना...... म्हणतात.
a] सहायक विमान
b] obliqeu विमान
c] लंब समतल
ड] चित्र विमान

औद्योगिक प्रशिक्षण संस्था

मासिक चाचणी-6, गुण- 20, तारीखः- _______________

(प्रत्येक प्रश्नाला दोन गुण असतात]

1-81] तळांच्या केंद्रांना जोडणारी प्रिझमची काल्पनिक रेषा......... म्हणतात.
a] चेहरे
b] अक्ष
c] शिखर
ड] पाया
2-82] उजव्या आणि नियमित प्रिझममध्ये त्याचा अक्ष असतो....... पायापर्यंत
a] समांतर
b] लंब

c] कललेला

d] यापैकी काहीही नाही

3-83] जेव्हा एखादा पिरॅमिड किंवा शंकू त्याच्या पायाशी समांतर समतलाने कापला जातो तेव्हा वरचा भाग काढून टाकला जातो, तेव्हा उरलेल्या भागाला .... असे म्हणतात.

अ] गोल

b] शंकू

c] सिलेंडर

ड] फ्रस्टम

4-84] तिरकस सिलेंडर आणि शंकू यांना त्यांच्या अक्ष असतात........ त्यांच्या पायापर्यंत

a] कललेला

b] समांतर

c] लंब

ड] हे सर्व

5-85] जमिनीवर विसावलेल्या आणि एकमेकांच्या संपर्कात असलेल्या दोन समान गोलाकारांचे प्रक्षेपण .... च्या समांतर मध्यभागी जोडणारी रेषा.

a] A VP

b] VP

c] HP

ड] हे सर्व

6-86] दुसऱ्या समतल भागाच्या प्रक्षेपणांना ...... म्हणतात.

a] विभागातील विमाने

b] उघड विभाग

c] गोलाचा खरा आकार

d] यापैकी काहीही नाही

7-87] जेव्हा सेक्शन प्लेन HP किंवा जमिनीला समांतर असेल तेव्हा सेक्शनचा खरा आकार......... मध्ये दिसेल.

a] समोरचे दृश्य

b] बाजूचे दृश्य

c] शीर्ष दृश्य

ड] हे सर्व

8-88] घनाची पृष्ठभाग एका विमानावर घातली जाते, या आकृतीला त्याचे .... असे म्हणतात.

अ] आंतरप्रवेश

b] विकास

c] छेदनबिंदू

d] यापैकी काहीही नाही

9-89] पृष्ठभागांचा विकास .... मध्ये आवश्यक आहे.

अ] फाऊंड्री दुकान

b] शीट मेटल वर्क

c] फिटिंगचे दुकान

d] यापैकी काहीही नाही

10-90] संक्रमणाच्या तुकड्यांमध्ये विकासाची कोणती पद्धत वापरली जाते?

a] समांतर व्यास

b] रेडियल लाइन पद्धत

c] त्रिकोणी पद्धत

ड] अंदाजे पद्धत

औद्योगिक प्रशिक्षण संस्था

मासिक चाचणी-7, गुण- 20, तारीखः- _______________

(प्रत्येक प्रश्नाला दोन गुण असतात]

1-96] अभियांत्रिकी सराव मध्ये, बांधलेल्या वस्तूंचे घटक भाग असू शकतात, ज्याचे पृष्ठभाग एकमेकांना रेषांमध्ये छेदतात ज्याला छेदनबिंदू म्हणतात.

a] ओळी

b] शंकू

c] सिलेंडर

ड] प्रिझम

2-97] परस्परसंवादाची ओळ ...... च्या स्वरूपावर अवलंबून असू शकते.

a] छेदनबिंदू पृष्ठभाग

b] छेदणारे घन पदार्थ

c] छेदनबिंदू शंकू

d] यापैकी काहीही नाही

3-98] दोन समतल पृष्ठभाग अ........ रेषेत छेदतात

a] वक्र

b] सरळ

c] विमान

ड] हे सर्व

4-99] दोन वक्र पृष्ठभाग किंवा यांच्यातील छेदनबिंदूची रेषा......... पृष्ठभाग आणि वक्र पृष्ठभाग ही वक्र आहे.

a] वक्र

b] एक विमान

c] एक घन पदार्थ

d] यापैकी काहीही नाही

5-100] जेव्हा घन पदार्थ दुसऱ्या घन पदार्थात पूर्णपणे प्रवेश करतात तेव्हा छेदनबिंदूच्या दोन रेषा असतील. या ओळींना कधी कधी रेषा किंवा .... म्हणतात.

अ] आंतरप्रवेशाची रेषा

b] इंटरपेनेट्रेशनचा वक्र

c] आंतरप्रवेशाचे घन

ड] हे सर्व

6-101] पेनिट्रेशन वक्र चा वापर...... आहे.

a] शीट मेटल वर्क

b] फिटिंगचे दुकान

c] बनावटीचे काम

ड] फाऊंड्री दुकान

7-102] दोन आंतरभागांच्या पृष्ठभागामधील छेदनबिंदू निश्चित करण्याच्या पद्धती.........

a] अंदाजे पद्धत आणि रेडियल लाइन पद्धत

b] लाइन पद्धत आणि कटिंग प्लेन पद्धत

c] त्रिकोणी पद्धत आणि समांतर रेषा पद्धत

d] यापैकी काहीही नाही

8-103] आंतरप्रवेशाचे उदाहरण .... आहे.

a] दोन प्रिझम छेदनबिंदू

b] सिलेंडर आणि प्रिझम छेदनबिंदू

c] शंकू आणि सिलेंडर्स छेदनबिंदू

ड] हे सर्व

9-104] दोन सिलिंडर छेदनबिंदू हे........ चे उदाहरण आहे.

a] छेदनबिंदू

b] आंतरप्रवेश

c] शंकू छेदनबिंदू

d] यापैकी काहीही नाही

10-105] .... उदाहरणात्मक समस्या सोडवताना पद्धतीचे तपशीलवार वर्णन केले आहे

अ] रेषा पद्धत

b] रेडियल लाइन पद्धत

c] कटिंग प्लेन पद्धत

d] समांतर रेषा पद्धत

औद्योगिक प्रशिक्षण संस्था

मासिक चाचणी-8, गुण- 20, तारीख:- ______________

(प्रत्येक प्रश्नाला दोन गुण असतात]

1-111] लंबवर्तुळाचा प्रमुख अक्ष .... पेक्षा लांब आहे.

a] वर्तुळाची त्रिज्या

b] खरा व्यास

c] वर्तुळाचा व्यास

d] यापैकी काहीही नाही

2-112] वापरून सममितीय दृश्य रेखाटण्याचा सराव करते.

अ] आयसोमेट्रिक विमाने

b] आयसोमेट्रिक रेषा

c] आयसोमेट्रिक आलेख

d] सममितीय दृश्य

3-113] पॅराबॉलिक वक्र वापरणे आहे

a] ध्वनी परावर्तक

b] धरणे

c] बॉयलरचे मॅन होल

d] ग्रंथी आणि स्टफिंग बॉक्स

4-114] जेव्हा सेक्शन प्लेन कलते तेव्हा विभागाचा खरा आकार असतो

a] AVP

b] VP

c] HP

ड] ए/पी

5-115] जेव्हा सेक्शन प्लेन HP आणि VP दोन्हीला लंब असतो तेव्हा विभागाचा खरा आकार

अ] शीर्ष दृश्य

b] बाजूचे दृश्य

c] समोरचे दृश्य

d]यापैकी काहीही नाही

6-116] जेव्हा सहाय्यक विमानांवर प्रक्षेपित केलेले दृश्य म्हणतात

a] सहायक दृश्य

b विभागीय दृश्य

c] समोरचे दृश्य

d] यापैकी काहीही नाही

7-117] वस्तूची अदृश्य वैशिष्ट्ये द्वारे दर्शविली जातात

a] बाह्यरेखा

b] साखळी रेषा

c] लपलेल्या रेषा

d] यापैकी काहीही नाही

8-118] साठी रेखाचित्र वर विभागीय दृश्य महत्व

अ] अंतर्गत तपशील

b] बाह्य तपशील

c] उबविणे

d] यापैकी काहीही नाही

9- 119] घटक सरळ कटिंग प्लेनद्वारे कापला जातो दोन भागांमध्ये विभागला जातो

अ] अर्धा भाग

b] पूर्ण विभाग

c] ऑफसेट विभाग

d] काढलेला विभाग

10-120] विभाग ओळ दोन भिन्न भाग आहे (तुकडे] संपर्कात बुडणे आवश्यक आहे ...

a] समान दिशा

b] विरुद्ध दिशा

c] समांतर दिशा

d] यापैकी काहीही नाही

औद्योगिक प्रशिक्षण संस्था

मासिक चाचणी-9, गुण- 20, तारीख:- ______________

(प्रत्येक प्रश्नाला दोन गुण असतात]

1-126] आयसोमेट्रिक प्रोजेक्शन च्या प्रमाणात कमी केले आहे

a] v2:v3

b] v3:v2

c] 1:v2

d] यापैकी काहीही नाही

2-127] जेव्हा तीन युनिट्समध्ये मोजमाप आवश्यक असते तेव्हा स्केल वापरले जाते....

अ] पूर्ण प्रमाण

b] साधा स्केल

c] अर्धा स्केल

d] यापैकी काहीही नाही

3-128]आयसोमेट्रिक रेखांकन उत्पादनात मोठे आहे आयसोमेट्रिक प्रोजेक्शन बद्दल....

अ] 22.5%

b] ०.८१५

c] 9/11

d] यापैकी काहीही नाही

4-129] गोलाकार भागांच्या गोलाचे आयसोमेट्रिक असताना....... वापरणे आवश्यक आहे.

अ] पूर्ण प्रमाण

b] सममितीय लांबी

c] खरी लांबी

ड] अर्धा स्केल

5-130] आयसोमेट्रिक स्केलने वर्तुळ काढल्यावर लंबवर्तुळाच्या प्रमुख अक्षाची लांबी ....

a] खरा व्यास

b] सममितीय व्यास

c] आयसोमेट्रिक व्यास

d] यापैकी काहीही नाही

6-131] आयसोमेट्रिक व्हयूमध्ये ज्यामध्ये मोठ्या संख्येने नॉन-आयसोमेट्रिक रेषा असतात ती पद्धत वापरली जाते

a] बॉक्स पद्धत

b] ऑफ-सेट पद्धत

c] समन्वय पद्धत

ड] कैंद्र लेआउट पद्धत

7-132] जेव्हा वस्तुच्या वास्तविक आकारापेक्षा लहान रेखाचित्र काढले जाते .....

अ] पूर्ण प्रमाण

b] विस्तारित स्केल

c] प्रमाण कमी करणे

d] यापैकी काहीही नाही

8-133] जेव्हा e=1 वक्र म्हणतात.....

a] पॅराबोला

b] हायपरबोला

c] लंबवृत्त

d] यापैकी काहीही नाही

9-134]आयसोमेट्रिक ड्रॉइंगसह तुलना करा तिरकस प्रोजेक्शनचा फायदा आहे....

अ] समोरचा चेहरा खऱ्या आकारात आहे

b] दोन अक्ष नेहमी एकमेकांना लंब असतात

c] घसरणारा अक्ष काही सोयीस्कर कोनात घेतला जातो

d] यापैकी काहीही नाही

10-135]सर्व मागे जाणाऱ्या कडांची खरी लांबी काढल्यास तिरकस प्रक्षेपण म्हणतात...

a] cavilier प्रोजेक्शन

b] कॅबिनेट प्रोजेक्शन

c] सामान्य प्रक्षेपण

d] यापैकी काहीही नाही

औद्योगिक प्रशिक्षण संस्था

मासिक चाचणी-10, गुण- 20, तारीखः- ______________

(प्रत्येक प्रश्नाला दोन गुण असतात]

1-141] षटकोनी समतल सममितीय दृश्यात षटकोनीच्या सर्व बाजू ..... आहेत.

अ] समान लांबी

b] असमान लांबी

c] यापैकी नाही

2-142] जेव्हा सर्व चेहरे समान आणि नियमित असतात तेव्हा पॉलीहेड्रॉन म्हणतात....

a] नियमित

b] prisms

c] अनियमित

ड] पिरॅमिड

3-143] तिरकस प्रिझम आणि पिरॅमिडमध्ये ...... आहे

अ] पायाला लंब असलेला अक्ष

b] बेसकडे झुकलेला अक्ष

c] एचपीकडे झुकलेले चेहरे

d] यापैकी काहीही नाही

4-144] Icosahedrons चे समभुज त्रिकोणी चेहरे असतात

अ] १२

ब] ८

c] २०

ड] ६

5-145] जेव्हा पिरॅमिड किंवा शंकू त्याच्या पायथ्याशी समांतर विमानाने कापला जातो तेव्हा त्याला म्हणतात.....

a] पिरॅमिड

b] कार्ट केलेले

c] frustum

d] यापैकी काहीही नाही

6-146] जे विमान दोन्ही संदर्भ समतलाकडे झुकलेले असते त्यांना ...... म्हणतात.

a] तिरकस विमान

b] लंब समतल

c] कलते विमान

d] यापैकी काहीही नाही

7-147] जेव्हा HP ला समांतर आणि VP ला लंब असते तेव्हा ट्रेस लाईन असते.....

a] VT

b] HT

c] ट्रेस नाही

ड] व्हीटी आणि एचटी

8-148] जेव्हा एखादी रेषा VP ला समांतर असते आणि HP कडे कलते तेव्हा रेषेची खरी लांबी.....

a] समोरचे दृश्य

b] शीर्ष दृश्य

c] बाजूचे दृश्य

d] यापैकी काहीही नाही

9-149] जेव्हा बिंदू समोरच्या चौकोनात स्थित असतो

a] HP च्या वर आणि VP च्या समोर

b] HP च्या खाली आणि VP च्या समोर

c] VP च्या मागे आणि HP च्या वर

d] HP च्या खाली आणि VP च्या मागे

10-150] बिंदू "b" चा चतुर्थांश HP वर 15 मिमी आणि VP च्या मागे 25 मिमी आहे ते शोधा

a] मी st

b] III रा

c] IIII व्या

d] II nd

औद्योगिक प्रशिक्षण संस्था

मासिक चाचणी-11, गुण- 20, तारीखः- _______________

(प्रत्येक प्रश्नाला दोन गुण असतात]

1-प्र.1. स्मृतीचे सर्वात मोठे एकक खालीलपैकी कोणते?

A] (गीगाबाइट्स]

B] (बाइट्स]

C](मेगाबाइट्स]

D] (किलोबाइट्स]

2-प्र.2. सॉफ्टवेअरचा प्राथमिक उद्देश डेटामध्ये बदलणे हा आहे.

अ] (वेबसाइट]

ब] (माहिती]

C] (कार्यक्रम]

D](वस्तू]

3-प्र.3. GUI चा अर्थ आहे

A] (ग्राफिकल यूजर इंटरफेस]

B](ग्रेटर यूजर इंटरफेस]

C] (ग्राफिकल युनियन इंटरफेस]

D] (ग्राफिकल वापरकर्ता स्वारस्य]

4-प्र.4. की बोर्ड की ज्यावर बाण असतात त्यांना म्हणतात -

अ] (फंक्शन की]

B] (नेव्हिगेशन की]

C] (टाइपरायटर की]

डी] (विशेष उद्देश की]

5-प्र.5. ASSCII, EBCDIC आणि युनिकोड ही ॲप्लिकेशन सॉफ्टवेअरची उदाहरणे आहेत

अ](खरे]

ब](खोटे]

6-प्र.6. विंडोज ऑपरेटिंग सिस्टममधील स्क्रीनच्या कोणत्याही भागामध्ये प्रवेश करण्याचा सर्वात सोपा मार्ग म्हणजे वापरणे.

अ] (की बोर्ड]

ब](उंदीर]

C](माऊस]

डी] (जॉयस्टिक]

7-प्र.7. सॉफ्टवेअरला ए असे देखील म्हणतात

अ] (प्रक्रिया]

ब] (डेटा]

C] (कार्यक्रम]

D](माहिती]

8-प्र.8. मूळ फाईल्स खराब झाल्यास किंवा हरवल्यास बॅक प्रोग्राम फाईल्सच्या प्रती बनवतात.

अ] (खरे]

ब] (खोटे]

9-प्र.9. मायक्रोप्रोसेसरला अनेकदा CPU म्हणतात

अ] (खरे]

ब] (खोटे]

10-प्र.10. .... युटिलिटी हार्ड डिस्कवरील अनावश्यक फाइल्स ओळखते आणि वापरकर्त्यांच्या कमांडच्या आधारे त्या मिटवते.

अ] (बॅकअप]

B] (फाइल कॉम्प्रेशन]

C](प्रोग्राम्स अनइंस्टॉल करा]

D] (डिस्क क्लीन अप]

औद्योगिक प्रशिक्षण संस्था

मासिक चाचणी-12, गुण- 20, तारीख:- _______________

(प्रत्येक प्रश्नाला दोन गुण असतात]

1-486] आयत कमांडसाठी तुम्हाला किती बिंदू परिभाषित करावे लागतील?

अ] एक

ब] दोन

क] तीन

ड] चार

2-487] एका आयतामध्ये किती ऑटोकॅड ऑब्जेक्ट्स असतात?

अ] एक

ब] दोन

क] तीन

ड] चार

3-488] तुम्ही वस्तूंचा संच निवडत असताना तुम्ही एखाद्या वस्तूची निवड कशी रद्द कराल?

A] Ctrl+ काढून टाकायच्या ऑब्जेक्टवर क्लिक करा

ब] Shift + काढून टाकायच्या ऑब्जेक्टवर क्लिक करा

C] Alt + काढून टाकायच्या ऑब्जेक्टवर क्लिक करा

ड] वरीलपैकी काहीही नाही

4-489] 0,5 ते 5,5 पर्यंतची रेषा _________ किती लांब असेल

अ] 10 युनिट्स

ब] 5 युनिट्स
क] 15 युनिट्स
ड] वरीलपैकी काहीही नाही
5-490] वस्तू भोवती फिरवल्या जातात
अ] वस्तूचा तळ
ब] मूळ बिंदू
C] वस्तूचे केंद्र
ड] मूळ
6-491] रेखाचित्राचे मूळ येथे आहे
अ] ०,०
ब] 1,0
क] 0,1
ड] १,१
7-492] तुम्ही रेखांकनातील वस्तूंचा संच कसा निवडाल?
अ] उजवीकडून डावीकडे काढलेल्या क्रॉसिंग विंडोद्वारे
ब] डावीकडून उजवीकडे काढलेल्या क्रॉसिंग विंडोद्वारे
C] Shift+ वस्तूंवर क्लिक करणे
ड] वरीलपैकी काहीही नाही
8-493] फिलेट कमांड __________ मिळविण्यासाठी वापरली जाऊ शकते
अ] धारदार कोपरे
ब] गोल कोपरे
क] वरील दोन्ही
ड] वरीलपैकी काहीही नाही
9-494] ध्रुवीय ॲरे नवीन वस्तू तयार करतात_____
अ] ग्रिड पॅटर्नमध्ये
ब] गोलाकार नमुना मध्ये
क] सरळ रेषेत
ड] वरील सर्व
10-495] रेखांकनाला किती स्तर असावेत?
अ] १
ब] २
क] जटिलतेवर अवलंबून तितके
ड] वरीलपैकी काहीही नाही

www.ingramcontent.com/pod-product-compliance
Ingram Content Group UK Ltd.
Pitfield, Milton Keynes, MK11 3LW, UK
UKHW021911190726
13853UKWH00002B/617